அத்தியாயம் 1

(யார் இவள்)

ரபிஸ் மொஹமட்

aelay
publish

யார் இவள் (அத்தியாயம் 1)
நாவல்
ஆசிரியர் : ரபிஸ் மொஹமட் ©
முதல் பதிப்பு : ஆகஸ்ட் 2022
வெளியீடு : ஏலே பதிப்பகம்
5/175, பாத்திமா நகர், கூத்தென்குழி,
திருநெல்வேலி - 627104
தொடர்புக்கு : +91 9944992571

Yaar ival (Part-1)
Novel
by Rafees Mohammed ©
First Edition : August 2022

ISBN : 978-93-5533-476-3
Aelay Publish
Contact : +91 9944992571
Designed by : Aelay publish team

யார் இவள் (அத்தியாயம் -1)

- ராசாவே உன்ன நம்பி
- பொம்மி

ராசாவே உன்ன நம்பி

"ராஜ் ராஜ் எழும்புங்க நேரம் ஆகிட்டு" என்று எழுப்பினாள் ராஜேஷின் மனைவி திவ்யா.

"ராஜ் அம்மா அப்பா எல்லாம் எழுந்துட்டாங்க எழும்புங்க"

ராஜ் : "செல்லம் கொஞ்ச நேரம் தூங்குறான்டா ப்ளீஸ்" என்று சொல்லி விட்டு போர்வையால் முகத்தை மூடினான்.
"அம்மா திவ்யா ராஜ் எழும்பிட்டானாமா?" என்று கேட்டாள் ராஜேஷின் அம்மா.

ராஜ் சற்றென்று எழும்பி திவ்யாவின் வாயை கையால் மூடிவிட்டு "அம்மா எழும்பிட்டன் அம்மா" என்று சொல்லி விட்டு ஓடினான் குளியல் அறைக்கு. சிறிது நேரம் கழித்து
ராஜ் : "திவ்யா... திவ்யா...."
திவ்யா : "என்னங்க?"
ராஜ் : "டவல கொஞ்சம் எடுத்து தாடா செல்லம்..!!"
திவ்யா : "போடா எடுத்து தரமாட்டான் என்னடா செய்வ?"
ராஜ் : "என்ன டாவா?"
திவ்யா : "ஆமாடா என்ன செய்வ என்னடா புருஷன எப்படி கூப்பிட்டா உனக்கு என்ன..! போடா"

ராஜ் : "செல்லம் சண்ட போட டைம் இல்லமா டவல கொஞ்சம் கொடுக்கிறியா?"
திவ்யா : "அது"
ராஜ் : "ஹ்ம்ம்ம்ம்ம்ம் இவ தலயோட தங்கச்சி தான"
திவ்யா : "என்ன?"
ராஜ் : "ஒண்ணுமில்லமா ரொம்ப குளிருது சீக்கிரம் தாரியா?"
சின்ன செல்ல சண்டைக்கு பிறகு ஆயத்தம் ஆனார்கள் புது வீட்டுக்கு செல்ல.
ராஜும் அவனுடைய அம்மா அப்பா மனைவி எல்லோரும் வாகனத்தில் ஏறினர். ராஜ் வாகனத்தை ஸ்டார்ட் பண்ணினான் வாகனம் புது வீட்டை நோக்கி சென்றது..

சிறு மணித்தியாலங்களில் புது வீட்டுக்கு வந்தனர். எல்லோரும் வீட்டினுள் நுழைந்தனர். சிறிது நேரத்தில் ராஜின் நண்பர்களும் உறவினர்களும் திவ்யாவின் நண்பிகளும் உறவினர்களும் எல்லோரும் வந்தனர். எல்லோரும் புது வீட்டில் பால்பொங்கி சம்பிரதாயங்களில் ஈடுபட்டனர். பிறகு விருந்து சாப்பிட்டுவிட்டு மாலைநேரம் ஆனதும் சந்தோசமாக எல்லாரும் விடை பெற்றனர். இரவானது எல்லோரும் அவரவர் அறைக்கு சென்றனர். ராஜ் மட்டும் சோபாவில் இருந்து கொண்டு லப்டப்இல் என்னவோ செய்து கொண்டிருந்தான்.

திவ்யா : "ராஜ் நேரம் ஆகிட்டு தூங்கலையா?"
ராஜ் : "செல்லம் சின்ன வேல இருக்குமா ஈமெயில் ஒன்னு அனுப்பனும் நீ போய் தூங்கு நான் வாறன்"
திவ்யா : "சரி சீக்கிரம் வாங்க"
ராஜ் : "ம்ம்ம்ம் சரி"
திவ்யா அறைக்குச் சென்று கட்டிலில் சாய்ந்துகொண்டிருந்தாள் அப்படியே சில நொடியில் உறங்கி விட்டாள். சிறுது நேரம் கழித்து ராஜ் அறைக்குள் வந்தான் திவ்யாவை சரியாக கட்டிலில் உறங்க வைத்து

தலையனையை அவளின் தலையின் கீழ் வைத்துவிட்டு அவனும் உறங்கினான்.
இருவரும் உறங்குவதை பார்த்து கொண்டிருந்தது ஒரு கறுப்பு உருவம் அறையின் ஜன்னலின் பின்னாடி இருந்து..

மறுநாள் விடிந்தது...
திவ்யா : "ராஜ் எழும்புங்க நேரம் ஆகிட்டு ஆபீஸ் போகணும்"
ராஜ் : "இப்பதான் தூங்கினன் அதுக்குள்ள விடிஞ்சிடுச்சா என்ன கொடும திவ்யா இது"
திவ்யா : "ஏன் சொல்ல மாட்டிங்க. எழும்புங்க ராஜ்..! இல்லனா தண்ணி அள்ளி ஊத்திடுவன்"
ராஜ் : "எழும்பி தொலைரன் நீ செஞ்சாலும் செய்வ கொடுமைக்காரி"
குளித்துவிட்டு காலை.! சாப்பிட்டுவிட்டு ஆபீஸ் போக தயாரானான்.
ராஜ் : "அம்மா..! அப்பா..! போய்ட்டு வாறன், திவ்யா பொய்யிட்டு வாறன்"
ராஜ் அம்மா அப்பா : "சரிப்பா. கவனமா பொய்யிட்டு வா"
திவ்யா : "கவனமா பொய்ட்டு வாங்க ராஜ்"
காரில் ஏறி புறபட்டான் ஆபீஸ் நோக்கி.
ராஜ் அப்பா : "அம்மா திவ்யா..! ஒரு காபி ஒன்னு போட்டு தாமா"
திவ்யா : "ஒரு நிமிஷம் மாமா"
சிறிது நேரத்தில் காபியை கொடுத்து விட்டு அறையை சுத்தம் செய்ய சென்றாள்.
திவ்யா உள்ளே செல்கிறாள் கட்டிலில் உள்ள ராஜின் தலையணையில் சாய்ந்து கொண்டிருந்தது அந்த கறுப்பு உருவம்.

உடனே திவ்யா பயத்தில் சத்தமாக கத்திவிட்டாள் அந்த சத்தத்தில் அந்த உருவம் ஜன்னல் வழியாக போய் விட்டது. உடனே ராஜின் அம்மா அப்பா ஓடி வந்தனர்.

ராஜ் அப்பா : "திவ்யா என்னமா என்னாச்சி..?"
திவ்யா : "மாமா கட்டில்ல யாரோ படுத்து இருந்தாங்க மாமா அதுதான் பயந்து கத்திட்டன்"
ராஜ் அப்பா : "அது ஒண்ணுமில்லாம புது வீடுதானா அதுதான் உனக்கு அப்படி தோனி இருக்கும் பயப்படாதமா சரியா" என்று சொல்லி சமாதானம் படுத்தினார்.
திவ்யா : (மனதுக்குள்) "ஒரு வேல என்னடா கனவா இருக்குமா? இல்ல கற்பனையா? உண்மையா?"
என்று குழம்பி இருந்தாள் சிறிது நேரத்தில் "ஒண்ணுமில்லை சும்மா என்னடா மன கற்பனை" என்று நினைத்துகொண்டு அறையை சுத்தம் செய்து விட்டு சமைக்க சென்றாள்.

அந்த கறுப்பு உருவம் ஜன்னல் பின்னாடி இருந்து மீண்டும் வந்தது உள்ளே.

மாலை நேரம் ஆனது ராஜும் வீடு வந்தான் வந்ததும் திவ்யா நடந்தவற்றை கூறினாள்.
ராஜ் : (சிரித்தாவாறு) "என்ன சின்னப்புள்ளதனமா இருக்கு ஏதாவது கனவு கண்டிருப்ப"
திவ்யா : "இல்ல ராஜ் அதுதான் கொஞ்சம் குழப்பமா இருக்கு"
ராஜ் : "ஐயோ போபப்பா. போய் சாப்பாட எடுத்து வை பசிக்குது"
திவ்யா : "எப்ப பாரு சாப்பாடு.. சாப்பாடு.. கொஞ்சம் பொறுங்க வச்சி தொலையிரன்"

திவ்யா சாப்பாட்டை எடுத்து வைத்தாள் எல்லோரும் சாப்பிட்டு விட்டு ராஜும் அப்பாவும் தமது அறைக்குள் சென்றனர் ராஜின் அம்மாவும் திவ்யாவும் வேலைகளை முடித்து விட்டு அவர்களும் உறங்குவதற்குச் அறைக்குச் சென்றனர்.

எல்லோரும் உறங்கிய சில மணித்தியாலங்களில் ராஜும் திவ்யாவும் ஆழ்ந்து உறங்கி கொண்டிருந்தனர். திடிரென "ராஜ்.. ராஜ்.." என்று பெண் குரல் கேட்டது. மீண்டும் "ராஜ்.. ராஜ்.." என்று குரல் உடனே திவ்யா விழித்துக் கொண்டாள். ராஜின் அருகில் அந்த கறுப்பு உருவம் கூந்தல் விரித்து பெண் உருவத்தில் காட்சியளித்தது. திவ்யா பயத்துடன்

திவ்யா : "ராஜ்... ராஜ்... எழும்புங்க ராஜ்"
ராஜ் : (அலுப்புடன்) "என்னடா செல்லம்"
திவ்யா : "ராஜ் அந்த கறுப்பு உருவம் உங்க பக்கத்துல நின்னுச்சி ராஜ்"
ராஜ் : "என்னப்பா இந்த நடுராத்திரியில கறுப்பு உருவம்.. சிவப்பு உருவம்னுகிட்டு தூங்குப்பா காலையில பாக்கலாம்"
திவ்யா : "ராஜ் ஜோக் பண்ணாதீங்க.! எனக்கு பயமா இருக்கு"
ராஜ் : "என்னடா செல்லம் என்னாச்சி உனக்கு?"
திவ்யா : "அந்த கறுப்பு உருவம் உங்க பேர சொல்லிச்சி ராஜ் பயமா இருக்கு ராஜ்"
ராஜ் : "செல்லம் சரி..சரி.. பயப்படாத நான் இருக்கன்ல"
திவ்யா : "ராஜ் ரொம்ப பயமா இருக்கு உங்க பேர எதுக்கு சொல்லனும்"
ராஜ் : (அவளை சமாளிக்க) "அதுதானே என்னட பேர எதுக்கு சொல்லனும்..? சரி இப்ப யோசிக்காம தூங்குப்பா காலையில சரி ஆகிடும்"

திவ்யா ராஜின் நெஞ்சில் தலைவைத்து தூங்கினாள். ராஜுக்கு மனதில் பல குழப்பம் தோன்றியது. "என்னட பேர எதுக்கு சொல்லனும் இது உண்மையா? இல்ல திவ்யாட கற்பனையா? அண்டைக்கும் சொன்னாலே கறுப்பு உருவத்த கண்டன்னு" அப்படியே குழப்பத்தில் உறங்கி விட்டான்.

அறையின் ஜன்னல் அருகில் உள்ள மரத்தின் கீழ் நின்று கொண்டிருந்து அந்த கறுப்பு உருவம்.

விடிந்தது...

ராஜ் விழித்துப்பார்த்தான் திவ்யா அருகில் இல்லை பதற்றத்துடன் எழுந்து தேடினான். அம்மா அப்பாவையும் தேடினான் அவர்களையும் காணவில்லை.
வெளியே வந்தான் திவ்யா தோட்டத்தில் தனிமையில் உட்கார்ந்துக் கொண்டிருந்தாள்.
மெதுவாக அருகில் சென்று "திவ்யா.! திவ்யா.!" என்று கூப்பிட்டான். அவளோ அசையாமல் உட்கார்ந்து கொண்டிருந்தாள். ராஜ் அவளின் தோளைத்தட்டி மறுபடியும் கூப்பிட்டு அருகில் உட்கார்ந்தான் அவள் தன்னை மறந்து ஏதோ யோசித்துக் கொண்டிருந்தாள்.

ராஜ் : "செல்லம் என்னடா இங்க வந்து இருந்து யோசிச்சிக்கிட்டு இருக்க. அம்மா, அப்பா எங்க?"
திவ்யா : "மாமா அத்தையும் கோயிலுக்கு போய்ட்டாங்க"
ராஜ் : "ஓ.. அப்ப நான்தான் எழும்ப லேட் ஆகிட்டு என்ன..?"
திடிரென திவ்யா ராஜை கட்டிப்பிடித்து
திவ்யா : (அழுதவாறு) "ராஜ் எனக்கு பயமா இருக்கு நடந்தத நினச்சா."
ராஜ் : "செல்லம் எல்லாம் மனக்குழப்பம் தான் அம்மா, அப்பா வந்த அப்புறம் சொல்லிட்டு வெளியே போய் வருவோம் மனசுக்கு கொஞ்சம் ரிலேக்ஸாக இருக்கும்."
திவ்யா : "சரி ராஜ்"
என்று சொல்லிவிட்டு வீட்டுக்குள் செல்லும் போது ராஜின் அம்மா அப்பாவும் வந்தனர். கொஞ்ச நேரத்தில் இருவரும் சொல்லிவிட்டு காரில் சென்றனர்.

ராஜ் டிரைவ் பண்ணிக்கொண்டு திவ்யாவுடன் பேசிக்கொண்டே காரை டிரைவ்

பண்ணிக்கொண்டிருந்தான். திவ்யாவும் நடந்ததை மறந்து சிரித்து பேசிக் கொண்டிருந்தாள்.

கொஞ்ச தூரம் செல்லுகையில்..!!
"ராஜ்... ராஜ்..." என்று குரல் கேட்டது.
ராஜ் : "என்னடா செல்லம்"
திவ்யா : "என்ன ராஜ்..?"
ராஜ் : "ஏன்டா கூப்பிட்ட?"
திவ்யா : "நான் கூப்பிடலப்பா..! என்ன சமாளிக்கிறீர்களா..?"

மீண்டும் *"ராஜ்.. ராஜ்.."* என்று குரல் கேட்டது அதுவும் அந்த குரல் காரின் பின் இருக்கையில் இருந்து கேட்டது.
இருவரும் திரும்பி பார்த்தனர் இருவருக்கும் பேரதிர்ச்சி அந்த கறுப்பு உருவம் பின்னாடி இருந்தது. ராஜ் அதிர்ச்சியில் பயத்தோடு தடுமாறி காரை போய் கொண்டிருந்த வளைவு பாதையில் உள்ள பெரிய மரத்தில் கார் மோதி அருகில் உள்ள பள்ளதாக்கில் விழுந்து விபத்துக்குள்ளானார்கள்.

அந்த கறுப்பு உருவம் கார் மோதிய பெரிய மரத்தின் கீழ் நின்று கொண்டிருந்தது.

கொஞ்ச நேரத்தில் அங்கே இருந்த ஊர்வாசிகள் அவர்கள் இருவரையும் வைத்தியசாலையில் அனுமதித்து ராஜின் போனில் உள்ள ராஜின் அப்பாக்கு போன் பண்ணி தகவல் வழங்கினர்.

அடுத்த மணித்தியாலத்தில் ராஜின் அம்மா அப்பா வந்தனர். இருவரும் அழுதுக்கொண்டே விசாரித்தார்கள்.

டாக்டர்: "இப்ப ஒன்னு சொல்ல முடியாது கொஞ்ச நேரம் இருங்க" என்று சொல்லி *ICU* சென்றார். இருவரும் மனம் உடைந்து போய் அழுது கொண்டிருந்தனர்.

சில மணித்தியாலங்களில் டாக்டர் வெளியே வந்தார்.
ராஜ் அப்பா : "டாக்டர் பிள்ளைகளுக்கு என்னாச்சி?"
மௌனமாக இருந்தார். மீண்டும் " டாக்டர் சொல்லுங்க என்னாச்சி" என்றார்.
டாக்டர் : "என்னால சொல்ல முடியல ஆனால் சொல்லிதான் ஆகனும் இது என்னட கடமை உங்க மருமகளுக்கு கால் உடைஞ்சிட்டுது அவங்க நடக்க ஆரம்பிக்க 6 மாதங்களுக்கு மேலாகும். ஆனால் உங்க பையன்..!!!"
ராஜ் அம்மா அப்பா : (அதிர்ச்சியில்) " டாக்டர் எங்க பையன்..!!"
டாக்டர் : "உங்க பையன் கோமால இருக்காரு எப்ப சுய நினைவு வரும்னு தெரியாது கடவுள வேண்டிக்குங்க"

இருவரும் அதிர்ச்சி மற்றும் கவலையில் மேலும் அழ ஆரம்பித்தனர். அழுது கொண்டே இருவரையும் பார்க்க சென்றனர். திவ்யா மயக்கத்தில் இருந்தாள். ராஜ் சுய நினைவு அற்று மயக்கத்தில் கிடந்தான்.

ராஜ் அம்மா அப்பா : (அழுதவாறு) "ராஜ்... ராஜ்... பாருப்பா.... " எவ்வளவு கதைத்தும் அவனிடமிருந்து ஓர் அசைவுக்கூட இல்லை.
டாக்டர் உள்ளே வந்து
டாக்டர் : "இப்ப ரொம்ப லேட் ஆகிட்டு நீங்க போய் நாளைக்கு வாங்க இருட்டாக போகுது இதுக்கு பிறகு இங்க யாரும் இருக்க allowed இல்ல பொய்ட்டு வாங்க, கடவுள வேண்டிக்குங்க நல்லதே நடக்கும்" இருவரும் கண்ணீரோடு சென்றனர்.

வீட்டிற்குப் போய் இருவரும் தூங்க ஆயத்தமானார்கள். ராஜின் அம்மா கடவுளை பிராத்தித்து விட்டு ராஜின் அறைக்குச் சென்றாள். சென்று பார்த்த போது அதிர்ச்சியும் பயமும் ஏற்பட்டது அங்கே ராஜின் புதிய ஆடைகள் எல்லாம் வீசப்பட்டு அவனுடைய பழைய ஆடைகள்

அவனுடைய கட்டிலில் குவிந்து கிடக்க அந்த ஆடைகளின் மேல் அந்த கருப்பு உருவம் சாய்ந்துக் கொண்டிருந்து. அதிர்ச்சியில் "என்னங்க"
என்று கத்தினாள். உடனே அந்த கருப்பு உருவம் ஜன்னல் வழியாக சென்று மரத்தின் இடையில் மறைந்தது.

ராஜ் அப்பா : "என்னாச்சு..! ஏ கத்துன"
ராஜின் அம்மா நடந்ததை சொன்னாள்.
ராஜின் அப்பா : "ஏதாவது பிரம்மயாக இருக்கும்"
என்று சமாளித்து அறைக்குச் அழைத்து சென்று தூங்க அழைத்துச் சென்றார்.
ராஜின் அம்மா : "பயமா இருக்குங்க."
ராஜின் அப்பா : "ஒன்னுமில்ல படு"
ராஜின் அம்மா தூங்கினாள் அழுகையோடு.

ராஜின் அப்பா மனதுக்குள் "இததான் அண்டக்கி மருமகளும் சொன்னா இண்டக்கி இவ இப்படி சொல்றா இங்க என்ன நடக்குது" என்ற யோசனையும் பிள்ளைகளையும் நினைத்தப்படி கண்ணீரோடு அவரை அறியாமல் தூக்கம் போய் விட்டது.

நேரம் நடுநிசி 1.30 இருக்கும் போன் மணி அடித்தது. ராஜின் அப்பா திடிரென எழுந்து போனை எடுத்தார்.
ராஜின் அப்பா : "ஹலோ"
மறுபக்கம் டாக்டரின் குரல்
டாக்டர் : "ஹலோ"
ராஜின் அப்பா : "டாக்டர் என்ன இந்த நேரத்துல"
டாக்டர் மௌனமாக இருந்தார்.
மீண்டும் ராஜின் அப்பா "டாக்டர்... டாக்டர்..."
டாக்டர் : (பதற்றமும் பயமும் கலந்த தொணியில்) "நீங்க கொஞ்சம் அவசரமா வாங்க ஹொஸ்பிட்டலுக்கு"
ராஜின் அப்பா : "டாக்டர் என்ன சொல்றிங்க இந்த நேரத்துல ஏன் என்னாச்சி சொல்லுங்க..?"

டாக்டர் : *(மேலும் பதற்றத்தில்)* "பிலீஸ் கொஞ்சம் வேகமா வாங்க" என்று போனை வைத்தார்.
ராஜின் அப்பாக்கோ ஒன்றும் புரியவில்லை பல எண்ணங்கள் தோன்றி மறைய ஆரம்பித்தன. மனைவி நல்ல தூக்கம் மனைவியிடம் சொல்லாமல் மெதுவாக சென்று வாகனத்தை எடுத்துக் கொண்டு வீட்டு வாசலை தாண்டினார். அந்த நடுநிசியில்....

சிறிது நேரத்தில் வைத்தியசாலையை அடைந்தார். வாசலிலே காத்துக்கொண்டிருந்தார். டாக்டர் அவரை கண்டதும் அவரின் அறைக்குச் அழைத்துச் சென்றார். அறையில் மிகவும் பதற்றத்துடன் காணப்பட்டார்.

ராஜின் அப்பா : "டாக்டர்... என்ன டாக்டர்... இந்த நேரத்துல வர சொன்னீங்க என்னாச்சி உங்கட முகம் எல்லாம் மாறி போய் இருக்கு என்னாச்சி டாக்டர்"
டாக்டர் : "நீங்க எல்லோரும் போன பிறகு கொஞ்ச நேரத்துக்கு முன்னாடி 2 பேரும் எப்படி இருக்காங்கனு பார்க்க ரூம்க்கு போனன் மருமகள் இன்னும் கண் திறக்க இல்ல மயக்கத்துல இருந்தாங்க"
ராஜின் அப்பா : "இத சொல்லதான் வர சொன்னீங்களா இத போன்லேயே சொல்லி இருக்கலாமே என்னட வைப் அங்க தனியா இருக்கா டாக்டர்"

டாக்டர் : "இது இல்ல..! அப்புறம் உங்கட பையன்ட ரூம் கதவ திறக்க போனன் அவருக்கு பக்கத்துல கறுப்பு உருவம் ஒன்னு நின்னுச்சி பார்த்த ஒடனே என்னட உடபெல்லாம் நடுங்க ஆரம்பிச்சிட்டு பயத்துல ரூம்க்கு பொய்ட்டன் அதுக்கு பிறகுதான் உங்களுக்கு கோல் பண்ணன்."

(டாக்டரின் பயமும் பதற்றமும் குறையவில்லை)
ராஜின் அப்பா : "டாக்டர் என்ன சொல்றிங்க நீங்களுமா பார்த்தீங்க"

டாக்டர் : "என்ன நீங்களுமானு கேக்கிறிங்க இதுக்கு முன்னால நீங்க பார்த்து இருக்கிங்களா?"

ராஜின் அப்பா : "இல்ல டாக்டர் என்னட மருமகள் ஒரு தடவ கண்டதா சொன்னா அப்புறம் இன்டக்கி நாங்க வீட்ட போன நேரம் என்னட வைப் சொன்னா கண்டன்னு ஆனால் நான் நம்ப இல்ல இப்ப நீங்களும் சொல்றீங்க நம்பித்தான் ஆகனும்"

டாக்டர் : "உங்க வீட்ல என்னவோ இருக்குற மாதிரி இருக்குது"

ராஜின் அப்பா : "ஆமா டாக்டர் இந்த வீட்டுக்கு வந்த பிறகு சில பிரச்சினைகள் வரதான் செய்யுது"

டாக்டர் : "நான் சொல்ற எட்ரஸ்க்கு போங்க அங்க ஒரு சாமியார் இருக்காரு அவர்ட்ட நடந்தத சொல்லுங்க அவரு என்ன செய்யனும்னு சொல்லுவாறு"

ராஜின் அப்பா : "சரி டாக்டர் நான் பாக்குறன் காலையில வாரன் பிள்ளைகள் கவனம் டாக்டர் பொய்ட்டு வாரன்"

டாக்டர் : "சரி கவனமா போய்ட்டு வாங்க"

வீட்டிற்குச் சென்று அமைதியாக மனைவிக்கு தெரியாமல் உறங்கினார்.
காலை விடிந்ததும் இருவரும் வைத்தியசாலைக்குச் சென்றனர். ராஜையும் திவ்யாவையும் ஒரே அறையில் வைத்திருந்தனர். இருவரும் பிள்ளைகளின் அருகில் நின்று அழுது கொண்டிருந்தனர்.
சிறிது நேரத்தில் திவ்யா கண் விழித்தாள்.

ராஜ் அம்மா : "அம்மா.. திவ்யா..!"

திவ்யா : (மெதுவான தொணியில்) "அத்த...! ராஜ்...ராஜ்..." என்று முனங்கினாள்.
ராஜ் அப்பா : "திவ்யா என்னம்மா..! பாரும்மா...! நம்ம ராஜ...! அவ இருக்கிர நிலமய...!! சின்ன அசைவுக்கூட இல்லம்மா" என்று அழுதார்.

திவ்யா : (கண்ணீருடன்) "மாமா என்னாச்சி ராஜிக்கு"
ராஜின் அப்பா : "நம்ப ராஜ் கோமா ஸ்டேஜ்க்கு பொய்ட்டாம்மா..! 🙁 🙁 டாக்டர் கை விரிச்சிட்டாரு...! கடவுளதான் நம்பி இருக்கோம்"

திவ்யா அதிர்ச்சியில் மயக்கமடைந்தாள் உடனே டாக்டரை அழைத்தார் ராஜின் அப்பா.
"சின்ன மயக்கம்தான் கொஞ்ச நேரத்துல சரி ஆகிடும்" என்றார் டாக்டர்.
ராஜ் அப்பா : "டாக்டர்..! மற்ற டாக்டர் எங்க?"
டாக்டர் : "அவரு நைட் டுயிட்டிக்குதான் வருவாரு"

ராஜின் அப்பா மனைவியை வைத்தியசாலையில் விட்டு விட்டு அந்த சாமியாரின் முகவரிக்கு போனார். சாமியாரும் இருந்தார்.
ராஜ் அப்பா : "உள்ளே வரலாமா சாமி"
சாமி : "வாங்க உட்காருங்க"
சாமியாருக்கு முன்னால் உட்கார்ந்தார்.
சாமியார் : "சொல்லுங்க என்ன விஷயம்"
ராஜின் அப்பா நடந்தவற்றை கூறினார்.
சாமியார் : "நான் நாளைக்கு உங்க வீட்டிற்கு வாரன் உங்க பையனையும் மருமகளையும் வீட்டிற்கு கூட்டி வந்துடுங்க"
ராஜ் அப்பா : "ஏன் சாமி?"
சாமியார் : "அவங்க இருந்தால்தான் அத வேகமா என்னட கட்டுப்பாட்டுக்குள் கொண்டு வரலாம்"
ராஜ் அப்பா : "சரி டாக்டர்" என்று சொல்லி விட்டு வைத்தியசாலைக்குச் சென்றார்.

அங்கே திவ்யா மீண்டும் கண் விழித்து இருந்தாள். டாக்டரிடம் சொல்லி விட்டு இருவரையும் வீட்டிற்குச் கூட்டி சென்றனர். திவ்யாக்கு வீல் செயார் கொடுக்கப்பட்டது.
வாகனத்தில் சென்று கொண்டிருக்கும் போது,

ராஜின் அப்பா : "எப்படிமா எக்ஸிடன்ட் நடந்துச்சி ராஜ்தான் நல்லா வண்டி ஓட்டுவானே"
திவ்யா : "ஆமா..! மாமா" என்று வாகனத்தில் நடந்தவற்றை கூறினாள்.
ராஜின் அம்மாவும் அப்பாவும் அதிர்ச்சியில் உறைந்தனர்.
ராஜின் அம்மா பயத்தில் நடுங்கினாள்.
ராஜின் அப்பா திவ்யாக்கு தெரியாமல் மனைவியின் கையை பிடித்து அமைதியாக இருக்க சொன்னார்.
வீட்டிற்கு வந்து சேர்ந்தனர். இருவரையும் அறையில் படுக்க வைத்தனர் அந்த சமயம் சாமியாரும் அவருடைய 3 சிஷியர்களும் வந்தனர். திவ்யா ராஜை பார்த்தப்படி அழுது கொண்டே உறங்கி விட்டாள். கட்டிலுக்கு அருகில் வீல் செயாரை வைத்துக்கொண்டு.

சாமியார் அவர்களின் அறையை மூடச்சொன்னார். ராஜின் அப்பா அவர்களின் அறையின் கதவையை மூடினார். சாமியாரும் அவருடைய சிஷியர்களும் ஓரிடத்தில் அமர்ந்து மந்திரம் ஓத ஆரம்பித்தார்கள். ராஜின் அம்மாவும் அப்பாவும் அந்த இடத்தில் உட்கார்ந்து கொண்டிருந்தனர்.

சாமியார் மந்திரம் ஓத ஆரம்பித்தார். சிறிது நேரம் செல்ல வீட்டுக்கு வெளியே உள்ள மரம் காற்றுக்கு வேகமாக அசைய ஆரம்பித்தது, இடி சத்தமாக ஒலிக்க மின்னல் கண்ணை பறிக்கும் அளவுக்கு ஒளியை வீச ஜன்னல்

வழியாக அந்த கருப்பு உருவம் சாமியார் முன்னாள் தோன்றியது.

ராஜின் அம்மா அதிர்ச்சியில் பயத்துடன் உறைந்தார் அந்த கறுப்பு உருவத்தைப் பார்த்து.

சாமியார் : (கோபத்துடன்) "யார் நீ..? ஏன் இந்த வீட்ல இருக்கிரவங்கல நிம்மதியா இருக்க விடமாட்டிக்கிர..? ஏன் ராஜேயே சுத்தி சுத்தி வார.? சொல்ல போறியா.? இல்ல உன்ன அழிச்சிடவா.?
கறுப்பு உருவம் : (அழுதவாறு) "ஒன்னு செஞ்சிடாதிங்க சொல்லுறன்..!"

ஆரம்பமானது அந்த கருப்பு உருவத்தின் கதை,

கயல்விழி போன்ற கண்கள் கோவைப்பழ உதட்டையும் அழகான முகத்தையும் கொண்டவள் யமுனா.
ஆரம்ப பாடசாலை ஒன்றில் ஆசிரியையாக வேலைப்பார்த்து வந்தாள் அவளும் அம்மா,அப்பா சிறிய குடும்பமாக சந்தோசமாக இருந்தாள்.

வழமைப்போல பாடசாலை முடிந்து மாணவர்களுடன் யமுனா வீதியை கடக்கும் போது மோட்டார் சைக்களில் ராஜூம் அவனுடைய நண்பன் ரவியும் வந்தனர்.
அப்போதுதான் யமுனாவைக் கண்டான் ராஜ். யமுனாவும் பாதையைக் கடந்து சென்றாள்.

மறுநாள் ஆபிஸ் போக லேட் ஆகிவிட்டது.
அவசர அவசரமாக ஆயத்தமாகி பைக்கை எடுத்துக் கொண்டு ரவி வீட்டு வாசலில் நின்று ஹோர்ன் அடித்தான் ரவியும் வேகமாக வந்தான்.
ரவி : "என்னடா..! லேட் ஆகிட்ட..?"

ராஜ் : "இல்லடா எழும்ப கொஞ்சம் லேட் ஆகிட்டுடா"
ரவி அம்மா : "ராஜ் உள்ள வாப்பா.. காபி குடிக்கலாம்."
ராஜ் : "இல்லம்மா லேட் ஆகிட்டு பின்னேரம் வாரன்"
என்று சொல்லிவிட்டு வேகமாக சென்றான் மோட்டார் சைக்களில் வழமைப்போல பாடசாலை மாணவர்களுடன் யமுனா வீதியை கடக்கையில் அந்த வீதியில் வேகமாக வந்த ராஜ் வேகத்தை கட்டுப்படுத்தமுடியாமல் ஒரு மாணவன் மேலே பைக்கை மோத வரும் போது யமுனா அந்த மாணவனை பிடித்து அவளின் பக்கம் இழுத்தாள். ராஜ் யமுனாவின் மேலே மோட்டார் சைக்களை மோதி விட்டான். யமுனாவின் காலில் அடிப்பட்டு விட்டது மோதிய அதிர்ச்சியில் யமுனா மயக்கமடைந்தாள். உடனே ராஜ் யமுனாவை வைத்தியசாலையில் அனுமதித்தான்.

அன்று ரவி மட்டும் ஆபிஸ் சென்றான் ராஜ் போன் பண்ணி ஆபிஸின் மேனேஜருக்கு சொன்னான். அவரும் லீவ் எடுக்கச் சொன்னார். ராஜும் யமுனாவின் போனை எடுத்து அவளுடைய அம்மா அப்பாக்கு போன் பண்ணி சொன்னான். அடுத்த மணித்தியாலத்தில் அவளின் அம்மா அப்பாவும் வந்தனர்.
யமுனா அம்மா : "தம்பி என்னாச்சி..? எங்க மகளுக்கு என்னாச்சி..?"
ராஜ் : "ஒன்னுமில்லமா சின்ன அடிதான் கால்ல. நான்தான் வேகமாக வந்துட்டன் பைக்ல."
யமுனா அப்பா : (கவலையுடன்) "என்னப்பா..! கவனமா போறதில்லையாப்பா "
ராஜ் : "சாரி அங்கல் தெரியாம நடந்துட்டு மன்னிச்சுங்க"

அந்த நேரம் டாக்டரும் வந்து ஹொஸ்பிட்டல் பில்லை கொடுத்தார். ராஜ் முழுத்தொகையையும் கட்டினான்.
டாக்டர் : "கொஞ்ச நேரத்துல கண்திறந்துடுவாங்க கூட்டிப்போங்க" என்று சொல்லி விட்டு டாக்டர் சென்றார்.

ராஜ் : "அங்கிள் நானும் போரன் சாரி அங்கிள்"
யமுனா அப்பா : "பரவாலப்பா தெரியாமதான பண்ண..! இதுல என்ன அதுக்குதான் இவ்வளோ உதவி செஞ்சிட்டியேப்பா ஒரு நாளைக்கு வீட்டுக்கு வாப்பா"
ராஜ் : "சரி அங்கிள் நான் பொய்ட்டு வாரன்"
என்று சொல்லி விட்டு யமுனாவின் முகத்தை பார்த்தவாறு சென்றான்.
யமுனாவும் சிறிது நேரத்தில் கண் திறந்தாள். கொஞ்ச நேரத்தில் வீடும் சென்றனர்.
இரவானது ராஜும் உறங்கச் சென்றான் தூக்கமே வரவில்லை யமுனாவின் நினைவாக உருண்டு புரண்டு கிடந்தான்.

ராஜ் : (மனதுக்குள்) "வீட்டுக்கு போய் இருப்பாளா? காலையில சரி ஆகிடுமா அவளுக்கு?" என்று பல யோசனையோடு உறங்கி விட்டான்.

மறுநாள் நேரத்தோடு எழும்பி குளித்துவிட்டு ஆபிஸுக்கு ரெடி ஆகிவிட்டு சாப்பிடவும் இல்லாமல் அம்மாவிடம் சொல்லிவிட்டு சென்றான். அம்மாவும் அவனை ஒரு மாதிரியாக பார்த்தார் எதுவும் சொல்லாமல்.
ராஜ் வேகமாக ரவி வீட்டிற்கு சென்றான்.
ராஜ் : "ரவி..! ரவி..! டேங் எங்கடா..?"
ரவி அம்மா : "என்ன ராஜ் இவ்வளோ அவசரமா?"
ராஜ் : "இல்லமா ஆபிஸுக்கு லேட் ஆகிட்டு இன்னும் இவ படுத்துக்கிடக்கான்"
சமயலறையில் இருந்து ஒரு சத்தம் வந்தது

"அம்மாடியோ..! என்னவொரு வேலப்பறறு உங்க ஆபிஸ் லீவ் நாள்ளயும் திறந்தா இருக்கு?" என்றார் ரவி அம்மா.

ராஜ் : (தலைகுனிந்தவாறு) "ஆகா..! என்னடா ராஜ் உனக்கு வந்த சோதன இண்டக்கி லீவ் நாள்னு தெரியாம போச்சி, என்னடா ஆச்சி உனக்கு"
ரவி : "வேலைக்கு போற நாள விட லீவ் நாள் மட்டும் உனக்கு நல்லா தெரியுமே என்னடா ஆச்சி உனக்கு.."

ராஜைப் பார்த்து ரவி, அம்மா, அப்பா எல்லாரும் சிரித்துக்கொண்டிருந்தனர் ராஜும் வெட்கித்து தலைக்குனிந்து லேசாக சிரித்துக்கொண்டிருந்தான்.

"அண்ணா..! உன்னட பிரண்டு ஆபிஸ்ல யாரையும் பார்த்துட்டாரோ..? இல்ல ரோட்ல யாரையும் காலையிலேயே பார்த்துட்டாரு போல" என்று சொல்லிக் கொண்டு சமயலறையில் இருந்து எல்லோருக்கும் காபி கொண்டு வந்தாள் திவ்யா.

எல்லோரும் கலகலப்பாக சிரித்தப்படி காபி குடித்தனர். சிறிது நேரத்தில் ராஜும் வீடும் சென்றான்.
ராஜ் அம்மா : "என்னடா என்னெய்க்கும் இல்லாம புதுசா லீவ் நாள்ள வேலைக்கு போற என்னட என்னாச்சி உனக்கு..?"
ராஜ் : (சமாளித்தப்படி) "இல்லமா சின்ன புரஜக்ட் ஒன்னு அதுதான் வேல நாள்னு நினச்சிட்டு பொய்ட்டன்." என்று சொல்லிவிட்டு அவனது அறைக்குள் சென்றான்.

அறைக்குள் சென்றதும் அவனுடைய போனுக்கு மெசேஜ் வந்து இருந்தது. அதில் "ஹாய்" என்று வந்து இருந்தது. அவனும் யாருனு ரிப்லே பண்ணினான். கொஞ்ச நேரத்தில் யமுனா என்று சொன்னாள்.
இவன் மகிழ்ச்சி வெள்ளத்தில் மூழ்கினான் அடுத்த நிமிடம் யமுனா போன் பண்ணினாள்.

யமுனா : "ஹலோ.!"

ராஜ் : "ஹலோ.! சாரிங்க தெரியாம அவசரத்துல மேல மோதிட்டன்"
யமுனா : "பரவாலங்க தெரியாமதான"
ராஜ் : "சரி என்னட போன் நம்பர் எப்படி தெரியும்"
யமுனா : "ஹாஸ்பிட்டலருந்து போகும் போது மேசையில உங்க விஸ்டிங் கார்ட் இருந்துச்சி அப்பாக்கிட்ட காட்டினன் அப்பாதான் சொன்னாங்க நீங்க போகும் போது கீழ விழுந்துட்டுனு அப்பாதான் எடுத்து வச்சியிருந்தாங்க."
ராஜ் : "ஓ... அப்படியா...! இப்ப கால் நல்லமா, நாளைக்கு ஸ்கூல் போவிங்களா?"
யமுனா : "ம்ம்.... போவன் வலி இல்ல"
இவ்வாறு கொஞ்ச நேரம் பேசிக் கொண்டனர். அவளின் வீடு இருக்கும் இடத்தையும் சொன்னாள்.

மாலை நேரம் அவளின் வீட்டிற்கு பழங்கள் எல்லாம் வாங்கி கொண்டு போய் அவளையும் அவளின் அம்மா,அப்பாவுடன் பேசிவிட்டு காபி குடித்து விட்டு வீடு சென்றான்.

மறுநாள் காலையில் ரவியோடு ஆபிஸ் செல்லும் வழியில் பாடசாலை வழியாக சென்றான். அந்த சமயம் யமுனாவும் அப்போதுதான் வாசலினுல் நுழைகிறாள் இருவரும் ஒருவரை ஒருவர் பார்த்து சிரித்துக் கொண்டனர்.

கொஞ்ச நாட்கள் போன் பேசியும் மெஸேஜிலும் வீதியில் பார்த்துக் கொள்வது போன்றே சென்றது. ராஜின் மனதில் யமுனா ஆழமாக பதிந்துக்கொண்டாள். யமுனா மனதிலும் ராஜ் ஆழமாக பதிந்துக் கொண்டான். ஆனால் இருவருக்கும் மனதில் பயம் இருந்தது மனதில் உள்ளதை சொல்லுவதற்கு.

இருவருக்கும் லீவ் நாள் அன்று ராஜ் காலையில் அவளுக்கு மெசேஜில் "வெளியே போகலாமா" என்று கேட்டான்.

யமுனாவும் "கோயிலுக்கு வாங்கலன்" என்று பதில் அனுப்பிருந்தாள்.
இருவரும் கோயிலில் சந்தித்தனர்.
கோயிலுள்ள மரத்தின் கீழ் இருந்து ஒருவரை ஒருவர் பார்த்துக் கொண்டிருந்தனர்.
ராஜ் : "யமுனா.! ஒன்னு சொல்லனும்"
யமுனா : "என்ன சொல்லுங்க.! நானும் ஒன்னு சொல்லனும் உங்ககிட்ட"
ராஜ் : "ஓ.....! அப்ப நீங்க சொல்லுங்க"
யமுனா : "இல்ல நீங்களே சொல்லுங்க"
ராஜ் : "ம்ம்ம்.... சரி அது எப்படி சொல்றனு தெரியல ஆனா சொல்லிதான் ஆகனும் நான் சொல்லுறது உங்க மனசுலயும் இருக்குனு நம்புறன்."
யமுனா : "ம்ம்ம்... என்னனு சொல்லுங்க"
ராஜ் : "யமுனா நான் உங்கல விரும்புறன் உங்களேயே கல்யாணம் பண்ணிக்க ஆசப்படுறன் என்ன சொல்றிங்க நீங்க"
யமுனா : "அப்ப நீங்க இந்த எண்ணத்தோடயா பழகினிங்க நீங்க இப்படி பண்ணுவீங்கனு கனவுள கூட நினைக்கல" என்று கோபத்துடன் எழுந்தாள்.

ராஜ் : "என்னங்க பிடிக்கலயா?"
யமுனா : "நீங்க இந்த எண்ணத்தோடதான் என்னோட பழகுறீங்கனு நான் கொஞ்சம் கூட நினைக்கல"
ராஜ் : "அப்ப..! என்னைய உங்களுக்கு பிடிக்கலயா?"
யமுனா கோபமாக மற்ற பக்கம் திரும்பினாள்.

ராஜ் : "மன்னிச்சிடுங்க உங்கட மனச புரிஞ்சிக்காம சொல்லிட்டன்" என்று கவலையாக திரும்பினான்.
யமுனா ஓடி வந்து பின்னால் அணைத்துக் கொண்டாள். ராஜ் அதிர்ச்சியானான்.

யமுனா : "என்ன ராஜ் பயந்துட்டிங்கலா? ரொம்ப கவலையோ..! சும்மா விளையாடினன் எனக்கும் உங்கள ரொம்ப பிடிக்கும், என்ன சத்தம் இல்லாம இருக்கீங்க கோவமா என் மேல"
ராஜ் : "சே..சே.. நீங்கதான விளையாடினீங்க இதுல என்ன" என்று புன்னகைத்தான்.
இருவரும் கொஞ்ச நேரம் பேசிவிட்டு வீடு சென்றனர்.

மறுநாள் வேலைக்கு செல்லும் போது யமுனா பற்றியும் இருவரின் காதல் பற்றியும் நண்பன் ரவியிடம் கூறினான்.

ரவி : "வாழ்த்துக்கள்டா..! இதுக்குதான் என்னய தனியா விட்டுட்டு போறது என்ன? அடிக்கடி ஸ்கூல் பக்கம் போறதா வேற கேள்வி பட்டன் நடக்கட்டும்..! நடக்கட்டும்..!

ராஜ் : "ம்ம்ம்ம்..! சரி இப்ப ஒனக்கு தெரியும் தான இனி ஒன்னா போகலாம் சரியா!"
ஆபிஸ் முடிந்து போகும் வழியில் ஸ்கூல் வீதியில் யமுனாவைக் கண்டு ரவியை அறிமுகப்படுத்தினான்.
மூவரும் சில நிமிடம் பேசிவிட்டு சென்றனர்.

ராஜ் வீடு சென்று யமுனாவிடம் போனில் பேசி கொண்டான்.

லீவ் நாளன்று இருவரும் மோட்டார் சைக்களில் வெளியே சென்றனர்.

பெரிய வீதி அருகில் ஒரு அழகான பெரிய மரம், பக்கத்தில் பெரிய பள்ளத்தாக்கு அந்த மரத்தின் கீழ் இருந்து பேசிக் கொண்டிருந்தனர். யாருக்கும் தெரியாமல் வந்ததனால் நேரத்தோடு வீடு சென்றனர்.

ரவியின் அப்பா பெரிய வீடு ஒன்றை விலைக்கு வாங்கினார். ரவியின் அம்மா,அப்பா,திவ்யா எல்லோரும் வீட்டை பார்க்க காரில் வந்தனர்.

ரவியும் ராஜும் மோட்டார் சைக்களில் வந்தனர். இருவரும் வீட்டை பார்த்து விட்ட வரும் போது,

ராஜ் : "நல்ல வீடுடா..! பெரிய வீடு என்ன? எப்ப இந்த வீட்டுக்கு வரப்போறிங்க?"
ரவி : "இன்னும் முடிவு பண்ணலடா இன்னும் கொஞ்சம் வேல இருக்கு இந்த வீட்ல, முடிஞ்ச அப்புறம் தான் இங்க வருவோம்"
ராஜ் : "ஓ... அப்படியா யமுனாவுக்கும் இந்த வீட்ட காட்டனும்டா"
ரவி : "நாளைக்கு டைம் இருந்தா கூட்டி வந்து காட்டுடா"
ராஜ் : "ம்.. பாப்போம் டைம் இருந்தா, நாங்க 2 பேரும் இல்ல நீயும் வா 3 பேரும் போவோம் ஓகேயா?"

ரவி : "ஓகேடா..!"
இருவரும் பேசிக்கொண்டே வீடு சென்றனர்.

இரவானது ராஜ் தனது அறைக்கு தூங்க சென்றான். யமுனா போன் பண்ணினாள்.
யமுனா : "ஹாய் என்ன பண்றீங்க?"
ராஜ் : "என்னப் பண்ண இருக்கு தூங்கதான் ரெடி இப்ப"
யமுனா : "ஓ... அப்படியா லவ்வ பத்தி வீட்ட சொல்லயா?"
ராஜ் : "முதலாவது உங்க வீட்ல வந்து பேசுறன், அப்புறமா எங்க வீட்ல பேசுறன், எங்க வீட்ல எப்படியும் ஒத்துக்குவாங்க, ஓகேயா..! ஒன்னு யோசிக்காதிங்க " என்று ரொம்ப நேரம் பேசியப்படியே இருவரும் உறங்கினர்.

மறுநாள் காலையில் "ஆபிஸ் முடிஞ்சி வீட்ட வாறன்" என மெசேஜ் பண்ணிவிட்டு ரவியோடு ஆபிஸ் சென்றான்.

யமுனாவும் "சரி" என்று பதில் அனுப்பி இருந்தாள். ஆபிஸ் முடிந்து யமுனா வீட்டுக்கு செல்ல வேண்டும் என்ற சந்தோசத்தில் ரவியையும் கூட்டிக்கொண்டு வேகமாக மோட்டார் சைக்களில் சென்றான்.

அவள் வீடு நெருங்கியதும் யமுனா வீட்டின் வாசலில் வெளியே நிறைய ஆட்கள் குவிந்து நின்றனர். ராஜ் அதிர்ச்சியில் பார்த்தான்.

ரவி : "என்னடா..! இவ்வளோ கூட்டம் நிக்கிறாங்க என்னாச்சிடா?"
ராஜ் : "தெரியலடா..! வா உள்ள போவோம்"
இருவரும் உள்ளே சென்றனர். உள்ளே சென்று பார்த்ததும் ராஜ் அதிர்ச்சியில் உறைந்தான்.

யமுனாவின் அம்மா,அப்பா இருவரும் இறந்து கிடந்தனர்.

அருகில் யமுனா உட்கார்ந்து அழுது கொண்டிருந்தாள்.

ராஜின் கண்களில் இருந்து அவனுக்கே அறியாமல் கண்ணீர் வடிந்தது. ரவி அவன் தோளை தட்டி ஆறுதல் படுத்தினான்.

அன்று முழுவதும் அங்கேயே இருந்து கிரிகையெல்லாம் முடிந்து எல்லாரும் உட்கார்ந்து இருந்தனர். ராஜ் யமுனாவிடம் பேச ஆரம்பித்தான்.

ராஜ் : "யமுனா..! என்னங்க ஆச்சி.? காலைல நல்லாத்தான இருந்தாங்க எப்படி திடிர்னு?"

யமுனா : "ஆமா ராஜ்..! பகல் அம்மாவும் அப்பாவும் வெளியே போனாங்க போன இடத்துல கார் ஒன்னு மோதிட்டாம் பார்த்தவங்க சொன்னாங்க"
ராஜ் : "பொலிஸ்ல கம்லைன்ட் பண்ணலயா?"
யமுனா : (அழுதவாறு) "கார்ல போனது யாருனு தெரியல காரும் வேகமா போனதால எதுமே தெரியலயாம்"
ராஜ் : (கோபமாக) "தெரியலையா அவன் மட்டும் என் கைல மாட்டினான்"

ஆத்திரத்தில் அழுதும் விட்டான்

ரவி : "ராஜ் விடுடா யாருனு கண்டுபிடிச்சிரலாம்"

ராஜ் யமுனாவையும் ஆறுதல் படுத்தினான். கொஞ்ச நேரத்தில் யமுனாவின் மாமா வந்து யமுனாவை அவரின் வீட்டிற்குச் கூட்டிச் சென்றார்.

ரவியும் ராஜும் வீடு சென்றனர். இரவு முழுதும் யமுனா ரவியுடன் போனில் அழுது கொண்டிருந்தாள்.

ராஜ் : "அழாதடா..! எங்க அம்மா அப்பாகிட்ட சொல்லி சீக்கிரமா உங்கள கல்யாணம் பண்ணிக்கிறன் அப்புறம் என்னோடதான இருப்பிங்க சந்தோசமா இருக்கலாம் கவலைப்படாதப்பா"
யமுனா : "சரி ராஜ் அந்த நாளுக்காகத்தான் காத்திருக்கன்..!"

பேசிக்கொண்டே தூங்கி விட்டனர் இருவரும்.

மறுநாள் ஆபிஸ் லீவ் போட்டுவிட்டு யமுனாவை கோயிலுக்கு வரச்சொன்னான் அவளும் வந்தாள். நடந்ததை மறக்க அவளை பார்க், பீச் என கூட்டிப் போனான்.

இப்படியே சில நாட்கள் கழிந்தன.

யமுனாவும் நடந்ததை மறந்து பழையப்படி சந்தோசமாக இருக்க ஆரம்பித்தாள்.

வேலை முடிந்து ரவியையும் கூட்டிக் கொண்டு யமுனாவின் மாமா வீட்டிற்குச் சென்று இருவரின் காதல் பற்றி சொன்னான்.

யமுனாவின் மாமாவும் ஒத்துக் கொண்டு அம்மா, அப்பாவை வந்து பேச சொன்னார் ராஜும் ரவியும் சந்தோசமாக கிளம்பினார்கள்.

வீடு சென்று நடந்ததை எல்லாம் ராஜ் அம்மா, அப்பாவிடம் சொன்னான் அவர்களும் ஒத்துக்கொண்டு

"அடுத்த வாரம் நல்ல நாள் ஒன்று இருக்கு அப்போ போகலாம்"

என்று சொன்னார்கள். ராஜும் அதை யமுனாவிற்கும் அவளின் மாமாவிற்கும் சொன்னான்.

மறுநாள் ஆபிஸ் லீவ் அன்று ராஜ் ரவியின் வீட்டிற்கு சென்று ரவியோடு பேசிக் கொண்டிருந்தான்.

திவ்யா காபியும் பலகாரங்களும் கொண்டு கொடுத்தாள் இருவரும் சாப்பிட்டுக் கொண்டிருந்தனர்.

ராஜ் : "டேய் யமுனாவுக்கு உங்கட வீட்ட காட்டனும்னு நினச்சன் மறந்துட்டன்டா"
ரவி : "இன்டக்கி லீவ் தானாடா..! கூட்டிப் போய் காட்டன்டா "

ராஜ் : "ஆமாடா அதுதான் நானும் நினச்சன் சரி வீட்டு சாவிய எடுத்துட்டு வா போவோம்"
ரவி : "சாவிய தாரன் நீ கூட்டிக்கிட்டு போ..! சின்ன வேல ஒன்ன முடிச்சிட்டு நான் வாரன் சரியா"
ராஜ் : "ம்ம்ம்.... சரிடா அப்ப நான் போரன் நீ வா"

வீட்டு சாவியை எடுத்துக்கொண்டு யமுனாவிற்கு போன் பண்ணி ரெடி ஆக சொல்லி விட்டு இவனும் வீடு சென்று வீட்டில் சொல்லி விட்டு யமுனாவையும் கூட்டிக் கொண்டு அந்த வீட்டிற்குச் சென்றான். கொஞ்ச நேரத்தில் இருவரும் அங்கு சென்றனர்.

வீட்டின் வாசற் கதவை திறந்தான்.
யமுனா : "வாவ்..! பெரிய வீடு ராஜ்..! சூப்பரா இருக்கு ரவி கொடுத்து வச்சவன்"
ராஜ் : "ம்ம்ம்....! கல்யாணத்துக்கு அப்புறம் நாங்களும் எடுப்போமே பெரிய வீடு ஒன்னு ஓகேயா..!"

அப்படியே பேசிக்கொண்டே வீட்டின் உள்ளே சென்று பார்த்தனர்.

யமுனா ஒரு அறையை திறந்தாள் அவளுக்கு அந்த அறை மிகவும் பிடித்திருந்தது. உள்ளே சென்று ஜன்னலை திறந்தாள். ஜன்னலின் அருகில் பெரிய மரம் ஒன்று நின்றது அந்த மரத்தை பார்த்ததும் அவளுக்கு பிடித்து இருந்தது.
யமுனா: "ராஜ்..! வாங்க அந்த மரத்துக்கு கீழ போவோம் ரொம்ப அழகா இருக்கு."
ராஜ் : "ம்ம்..! போவோமே"

என்று சொல்லி இருவரும் அந்த மரத்தின் அருகில் சென்றனர்.

இருவரும் பேசிக்கொண்டிருக்கும் போது கொஞ்ச நேரத்தில் ரவியும் வந்தான்.

ராஜ் : "எங்கட..! போன இவ்வளோ நேரமா?"

ரவி : "சின்ன வேல ஒன்னுடா..! அதுதான் லேட் ஆகிட்டு வாரா வழில பைக் பஞ்சர் ஆகிட்டு அதுல வேற லேட் கொஞ்சம்..!"

ராஜ் : "ம்ம்ம்ம்..!"

திடிரென ராஜ் எதையோ தேட ஆரம்பித்தான்.

யமுனா : "என்னத்த..! தேடுறிங்க?"

ராஜ் : "என்னட மொபைல்ல காணல்ல..! எங்க வச்சனு சரியா நினைவும் இல்ல"

ரவி : "தேடிப் பார்த்தயாடா?"

ராஜ் சிறிது நேரம் யோசித்தப்படி..!

ராஜ் : "ரவி உங்க வீட்டுலதான் வச்சிருப்பன் கடைசியா யமுனாவுக்கு கோல் பண்ணிட்டு சாவிய வாங்கிட்டு போரின மேசையில வச்சிட்டன்..! உன்னட வீட்டுலதான் இருக்கனும் சரி ரெண்டு பேரும் பேசிட்டு இருங்க போரின எடுத்துட்டு சாப்பிட என்ன சரி வாங்கிட்டு வாரன் சரியா 10 நிமிசத்துல வந்துடுவன்"

யமுனா : "ம்ம்..! பொய்ட்டு வேகமா வாங்க"

ராஜ் : "ம்ம்ம்..! ஓகே"

ரவி : "டேய் கவனமா..! பொய்ட்டு வாடா"

ராஜ் பைக்கை எடுத்துக்கொண்டு சென்றான்.

ரவியும் வீதி வாசல் கதவு வரை சென்று வந்தான்.

ரவியும் யமுனாவும் பேசிக்கொண்டிருந்தனர்.

திடிரென ரவி சிரித்தப்படி,

ரவி : "இந்த சந்தர்ப்பத்ததான்...! எதிர்பார்த்துட்டு இருந்தன்"

யமுனா : (நக்கலாக) "என்ன ரவி..? ஆச்சி உங்களுக்கு..!"
ரவி : "என்ன ஆச்சா..! என்னதான் ஆகல, ஒன்னு தெரியுமா..? ஹேய்.. உன்ன முதலாவது பார்த்ததே நான்தான் அப்பவே உன்ன எனக்கு ரொம்ப பிடிச்சிட்டு"
யமுனா : "ரவி என்ன சொல்றிங்க..! நான் உங்க ப்ரெண்டுக்கு வய்ப் ஆக போறவ? இப்படி பேசுறீங்க ரவியும் இல்லாத நேரத்துல"
ரவி : "அதுக்கென்ன இன்னும் ஆகலதான..! முதலாவது தடவ நீ ஸ்டுடன்ஸோட ரோட்ட கடக்கும் போது நானும் ராஜும் பைக்ல அந்த ரோட்ல நிக்கும் போது நான்தான் உன்ன முதலாவது பார்த்தன் அடுத்த நாள் எப்படியாவது உன்னோட பேசி என்னட ஆசைய சொல்லனும்னு நினச்சன்..! ராஜும் ஆபிஸுக்கு லேட் ஆகிட்டுனு வந்தான். வேகமாக போகும் போது பைக்க உன் மேல மோதிட்டான் ஆபிஸுக்கு லீவ் போடலாம்னு இருந்தன் அதுக்குள்ள அவன் லீவ் போட்டுட்டான்"

"அடுத்த நாள் ஆபிஸ் லீவ் அண்டு ஆபிஸ் போக வந்தான் அப்பவே புரிஞ்சிக்கிட்டன் ராஜ் உன்னய விரும்புறானு அதே நாள் பின்னேரம் அவன் உங்க வீட்டிற்கு வந்தான் அதுவும் தெரியும் நானும் உங்க வீட்டிற்கு வரதான் அந்த வழியால வந்தன் அதுக்குள்ள அவன் வந்துட்டான்"

"மறுநாள் ஆபிஸ் போகும் போது ஸ்கூல் ரோட்லதான் போனோம் நீ அவன பார்த்து சிரிச்ச அதையும் பார்த்தன் அப்புறம் ரெண்டு பேரும் கோயிலுக்கு போனீங்க அங்கவுள்ள மரத்துக்கு கீழ பேசுனத பார்த்துட்டுதான் இருந்தன் நீ அவன..! திட்டம் போது ஒரு வேல உனக்கு அவன பிடிக்கலையோ சந்தோசப்பட்டன் ஆனா நீ..! அவனோட விளையாடின பிடிக்காத மாதிரி"

"அதுக்கப்புறம் அந்த பெரிய ரோட்டுக்கு பக்கத்துல உள்ள பெரிய மரத்துக்கு கீழ ரெண்டு பேரும் பேசிட்டு இருந்தீங்க..! நான் ரோட்டுக்கு அடுத்த பக்கம் நின்னுற்று இருந்தன்"

"அந்த நேரம் உங்க வீட்டுக்கு போய் உன்ன கல்யாணம் பண்ணிக்க ஆசப்படுறனு உன்னட அம்மா, அப்பாகிட்ட சொன்னன் ஆனா அவங்க ராஜதான் பிடிச்சிருக்குனு சொல்லிட்டாங்க நானும் கோவத்துல வந்துட்டன்"

"இத பத்தி உன்னட்ட அம்மா, அப்பா சொல்லி இருப்பாங்கனு நினச்சன் என்னட நேரம் சொல்ல இல்ல எனக்கு லேசா பொய்ட்டுது"

"அப்புறம் உன்னட அம்மா, அப்பா வெளியே போனது தெரிய வந்துச்சி ஆபிஸ்ல இருந்து என்னட ஆள் ஒருத்தனுக்கு கோல் பண்ணி ரெண்டு பேரயும் போட சொன்னான்..! அதுவும் யாருக்கும் தெரியாத மாதிரி ஆக்சிடெண்ட் "டமார்" ரெண்டு பேரும் ஒன்த ஸ்பொட் அங்குனேயே சரி"

யமுனா : "அடப்பாவி..! நீதானா என்னட அம்மா, அப்பாவ கோல பண்ணது..! ஏன்டா இப்படி பண்ண" என்று அவனது சட்டையை பிடித்து கொண்டு அழ தொடங்கினாள்.

ரவி : "ஹேய் இதுக்கே இப்படினா இன்னு இருக்கு..! அப்புறம் உங்க மாமா வீட்டுக்கு வந்து ராஜ் கல்யாணம் பண்ணிக்கிறனு வேற சொன்னான் உங்க மாமாவும் ஒத்துக்கிட்டாரு அந்த நேரம் உன்னட மாமா மேலயும் கோவம் வந்துச்சி பட் ஒன்னும் பண்ணல, ஆனா ரவி போகும் போது சொன்னா நாங்க எடுத்த வீட்ட உனக்கு காட்டனும்னு நானும் அந்த சந்தர்ப்பத்த எதிர்பார்த்து

இருந்தன் அதுவும் இவ்வளோ சீக்கிரம் நடக்கும்னு நினைக்கல"

"இண்டக்கி ராஜ் வீட்ட வந்தான் உன்னய இங்க கூட்டி வரனும்னு சொன்னான் நானும் கூட்டிப்போனு சாவிய கொடுத்தன், உனக்கு கோல் பண்ணிட்டு போ஁ன மேசையில வச்ச நேரம் நான் எடுத்து மறச்சி வச்சிட்டன், இங்க வந்தான், நான் நினச்ச மாதிரி போ஁ன தேடினான், போ஁ன எடுக்க போனான் அதே ஆளுக்கு கோல் பண்ணன் என்ன நடக்குமோ அது நடக்கும்" என்று சிரிக்க ஆரம்பித்தான். யமுனா அதிர்சியில் கோபமாக

யமுனா : "டேய்..! உன்னோட உயிருக்கு உயிரா பழகின நண்பனுக்கு இப்படி பண்ணிட்டயடா..! என்னடா பண்ண ராஜ..?"
ரவி : "நண்பனா..! ஹா....! ஹா....!" சிரிக்க ஆரம்பித்தான்.

யமுனா ஓட முற்பட்டாள் அவளுடைய கையை பிடித்து இழுத்தான் யமுனா கீழே விழுந்தாள்.

விழுந்தவளை துஷ்பிரயோகத்திற்கு முற்படுத்த முயற்சித்தான், அவளும் தப்பிக்க முயற்சி செய்து எழுந்தாள்.

மீண்டும் யமுனாவை வேகமாக இழுத்தான், அவள் ரவியுடைய கையை கடித்து விட்டு தப்பிக்க முயன்றாள், ரவி அவளுடைய கூந்தலை பிடித்து தலையை அந்த மரத்தில் வேகமாக மோதினான், தலை மோதிய வேகத்தில் யமுனா அதே இடத்தில் துடிதுடித்து உயிரிழந்தாள்.

ரவியும் எந்த பதற்றமும் இல்லாமல் "எனக்கு கிடைக்காதது யாருக்கு கிடைக்க கூடாது" என்று சொல்லி விட்டு யமுனாவை அந்த மரத்தின் கீழே புதைத்து விட்டு, வீட்டை பூட்டி விட்டு வெளியேறினான்.

ராஜ் அந்த வீதியில் உள்ள பெரிய மரத்தை கடக்கும் போது ரவியுடைய ஆள் காரால் ராஜின் பைக்கில் மோதினான். விபத்துக்குள்ளாகி பைக்கோடு அந்த பெரிய பள்ளத்தாக்கினுல் ராஜ் விழுந்தான்.

ராஜ் கொஞ்ச நேரத்தில் வைத்தியசாலையில் அனுமதிக்கப்பட்டான்.

அவனுடைய அம்மா, அப்பா உடனே வைத்தியசாலை வந்தனர், யமுனாவின் மாமாவும் இதை கேள்விப்பட்டு வைத்தியசாலை வந்தார்.

ஆனால் யமுனா இருக்கவில்லை.

யமுனாவின் மாமா : "யமுனா எங்க காணயில்ல?"
ராஜ் அப்பா : "யமுனாவா வரயில்லயே..!"

டாக்டர் அறையிலிருந்து வெளியே வந்து "ராஜ் இன்னும் கண் திறக்கல தலையில லேசா அடி பட்டு இருக்கு கொஞ்ச நேரத்துல கண் முழிப்பாரு" என்று சொல்லி விட்டு சென்றார்.
யமுனாவின் மாமா : "ராஜோடதான போரனு சொன்னா..!"
ராஜ் அம்மா : "என்ன சொல்றிங்க..! அப்ப யமுனா எங்க?"
டாக்டர் வந்து "ராஜ் கண் திறந்துட்டான்" என்று சொன்னார்.

எல்லோரும் ராஜை பார்க்க உள்ளே சென்றனர். ரவியும் அதே நேரம் வந்தான் எதுவும் தெரியாத மாதிரி.
ராஜ் அம்மா : "ராஜ் என்னப்பா ஆச்சி..! பார்த்து போரதில்லயாப்பா என்ன சரி ஆகியிருந்தா"
ராஜ் : "ஒன்னுமில்லம்மா ஒரு கார் ரோங் சைட்ல வந்து மோதிட்டான்"
திடிரென ரவியைப் பார்த்து,

ராஜ் : "டேய் என்னடா..! போன வாரம் ரெண்டு பேரும் ஆபீஸ் போனது, இப்ப எங்க போன..?"
ரவி மனதுக்குள் "என்னாச்சி இவனுக்கு செத்துடுவானு பார்த்தா ஏதோ பேசுறான்"
ராஜ் அப்பா : "ராஜ்..! காலையிலதானடா ரவி வீட்டுக்கு போன"
ராஜ் : "காலையிலயா..! நான் எங்கப்பா போனன், சரிப்பா யாரு இவரு?" என்று யமுனாவின் மாமாவை பார்த்து கேட்டான்.

யமுனாவின் மாமா: "தம்பி..! நான் யமுனாட மாமா"
ராஜ் : (குழப்பத்தோடு) "யமுனாவா யாரு அது..?" என்று கேட்க எல்லோரும் அதிர்ச்சியில் உறைந்தனர்.

டாக்டர் எல்லோரையும் அழைத்து,
டாக்டர் : "ராஜ்ட தலையில அடிப்பட்டதுல குறிப்பிட்ட காலத்துல நடந்து எல்லாத்தையும் மறந்துட்டாரு. எப்ப ஞாபகம் வரும்னு தெரியாது ஆனா அவரு நல்லாதான் இருக்காரு, அது சரி யமுனா யாரு?"

ராஜ் அப்பா : "யமுனாவதான் ராஜ் கல்யாணம் பண்ண இருந்தான் டாக்டர் ஆனா இப்ப யாருனு கேக்குறான். ராஜோடதான் யமுனா போனா ஆனா என்ன ஆனானு ஒன்னும் தெரியல"

டாக்டர் : "சோ... நான் நினைக்கிறன் யமுனாவோட பழகின அந்த கொஞ்ச நாட்களாதான் அவரு மறந்து இருக்காரு."

யமுனாவின் மாமா அதிர்ச்சியில் "என்னட பொண்ணு என்ன ஆனாலோ" என்று அழுது புளம்பினார். "கவலபடாதீங்க

கண்டுபிடிச்சிடலாம்" என்று அவரை சமாதானபடுத்தினார் ராஜின் அப்பா.

ரவி மனதுக்குள் "ஹா...!! எல்லாத்தையும் மறந்துட்டானா இது போதுமே" என்று சிரித்துக் கொண்டு மீண்டும் ராஜோடு பழக ஆரம்பித்தான். ராஜோ இவனின் துரோகம் தெரியாமல் எப்போதும் போன்று பழகி வந்தான்.

சில நாட்கள் கடந்தன.

யமுனாவின் மாமா யமுனாவை தேடாத இடமில்லை, போலீசிலும் புகார் கொடுத்த இருந்தார், ராஜின் அப்பாவும் தேடி அழுத்துப் போனார். யமுனாவின் மாமாவும் கவலையில் சுகவீனமுற்று இறந்தும் போனார். ராஜின் அம்மா, அப்பாவும் அவரின் இறுதி கிரிகைக்கு சென்று வந்தனர்.

வழமைப்போல ராஜும் ரவியும் ஆபிஸ் சென்று வந்தனர்.

சில நாட்களில் யமுனா பற்றிய தகவல் எதுவும் இல்லாததால் அவளை கொஞ்ச கொஞ்சமாக மறந்தும் விட்டனர் ராஜின் அம்மா, அப்பா. இப்படியிருக்கையில் ரவி, ரவியின் அம்மா, அப்பா ராஜ் வீட்டுக்கு வந்து ராஜை திவ்யாவுக்கு திருமணம் செய்ய அவனின் அம்மா அப்பாவிடம் சம்மதம் கேட்டனர். இது பற்றி ராஜிடமும் கேட்ட போது,
ராஜ் : "என்னட உயிர் நண்பன்ட தங்கச்சிய கல்யாணம் பண்ணுனா எங்கட நட்பு மட்டுமில்ல உறவும் இன்னும் அதிகமாயிடும் அதுல எனக்கு சந்தோசம் தான்"

என்று சொல்லியும் கள்ளம் கபடமற்ற ராஜிக்கு துரோகம் செய்து விட்டோம் என்று ரவி கொஞ்சம் கூட வருந்தவில்லை. ரவியின் அம்மா, அப்பாக்கு ராஜை

பிடிக்கும் என்பதால் ரவி திருமணத்திற்கு தடையாக இருக்கவில்லை.

கொஞ்ச நாளில் இருவருக்கும் திருமணம் முடிந்து ரவியின் அப்பா அவர் எடுத்த வீட்டை ராஜின் பேருக்கு மாற்றியமைத்து அவனுக்கே ஒப்படைத்தார். ரவிக்கு வெளிநாட்டில் வேலை வாய்ப்பு திடிரென அமைந்ததால் குடும்பத்தோடு அவன் வெளிநாடு செல்ல, ராஜ் குடும்பமாக அந்த வீட்டில் குடியேறினான்.
இவ்வாறு கூறி முடித்தது யமுனாவின் ஆவி...,

யமுனாவின் கதையைக் கேட்டு கண் கலங்கினர் ராஜின் அம்மா, அப்பா.
ராஜின் அம்மா : "யமுனா உன்னத்தானம்மா..! இவ்வளோ நாளா தேடினோம் அதுவும் வீட்டுக்குள்ளேயே வச்சிக்கிட்டு" என்று அழ ஆரம்பித்தார்.
சாமியார் : "என்ன அழுதாலும் இப்ப இவ பொண்ணு இல்ல ஆவி...!"
யமுனாவின் ஆவி : "என்னய..! விட்டுடுங்க ராஜோட நான் பேசனும் நடந்தத சொல்லனும் அந்த ரவியே எப்படி சரி பழி வாங்கனும்" என்று ஆவேசத்தோடு கோபமாக பேசினாள்.
சாமியார் : "உன்ன விடமாட்டன் ஆவிகள் சொல்றத நான் நம்ப மாட்டன் பேசாம இந்த ஜாடிக்குள்ள வா"
யமுனாவின் ஆவி : "வரமாட்டன்..! என்னய விட்டுடுங்க"
சாமியார் : "இப்ப வரலனா உன்ன ஒரேடியா அழிச்சிடுவன்..!"
யமுனாவின் ஆவி : "என்னட..! ஆசைகள நிறைவேற்ற யாரும் இல்லையா?" அழுதவாறு ஜாடிக்குள் சென்றது யமுனாவின் ஆவி.
சாமியார் : "இனி ஒரு பிரச்சனையும் வராது பிள்ளைகள கவனமா பார்த்துக்குங்க நான் இந்த ஜாடிய ஆவி வெளிவராத மாதிரி பூஜைப்பண்ணி கடல்ல கரைச்சிடுவான்"

ராஜ் அப்பா : "நன்றி சாமி" என்று கூறி வழியனுப்பி வைத்தார்.

சாமியாரும் அவரது வீட்டின் ஜன்னல் அருகில் வைத்துவிட்டு பூஜைக்கு தயாராகிக் கொண்டிருந்தார். அதே நேரம் ரவியும் அவனின் அம்மா, அப்பாவும் ராஜையும் திவ்யாவையும் பார்க்க வந்து கொண்டிருந்தனர்.

ரவியும் வீதி வாசற் கதவை திறந்து கால் வைத்தான்.

திடிரென பலமாக காற்று வீச ஆரம்பித்து மின்னலும் வெட்டியது.

சாமியார் வீட்டு ஜன்னல் கதவுகளும் அடிக்க ஆரம்பித்தன.

ரவி உள்ளே நடந்து வர காற்றினால் அந்த பெரிய மரம் அகோரமாக ஆட தொடங்கியது.

அறையினுல் சுயநினைவு அற்று இருந்த ராஜின் விரல்கள் அசைய ஆரம்பிக்க,

சாமியார் வீட்டினுல் உள்ள ஜாடி காற்றின் வேகம் தாங்க முடியாமல் கீழே விழுந்து நொறுங்க, யமுனாவின் ஆவி பறந்து வந்து திவ்யா உடம்பினுள் நுழைய,

ரவியும் வீட்டினுல் நுழைய,

ராஜும் கண் விழித்தான்.

அவர்களை ராஜின் அம்மா, அப்பா வரவேற்றனர்.

ரவியின் மேல் அவர்களுக்கு கடும் கோபம் இருந்தும், அவனுடைய அம்மா, அப்பாவுக்காக பொறுமையாக இருந்தனர்.

ரவியின் அம்மா, அப்பா ராஜுக்கும் திவ்யாவுக்கும் எவ்வாறு விபத்து நடந்தது என்று விசாரித்துக் கொண்டிருந்தனர்.

ஆனால் யமுனா பற்றியும் அவளின் ஆவிப்பற்றி எதுவும் கூறவில்லை,

திவ்யா அறையில் உறக்கம் என்பதால் எல்லோரும் பேசிக்கொண்டிருந்தனர் அவளை தொந்தரவு செய்யாமல்,

அறையில் ராஜ் கண் விழித்து சிறிது நேரம் மேலே பார்த்து கொண்டிருந்தான். திடீரென சுய நினைவை அடைந்தான்...!

கட்டிலில் உறங்கிக் கொண்டிருந்த திவ்யாவும் எழுந்து நின்றாள்...!

யமுனாவின் ஆவி புகுந்ததில் யமுனாவின் உருவாக மாறி நின்றாள்..!

ராஜ் பார்த்தவுடனேயே,

"யமுனா " என்று அழைத்தான். குழப்பத்தோடும் தலை வலியோடும் பழைய நினைவுகள் அவனுக்கு நினைவு வந்தது.

அவனை அறியாமலேயே கண்களிலிருந்து கண்ணீர் வடிந்தன.

யமுனாவும் அருகில் வந்து அழுதப்படியே நடந்தவற்றை கூறியதும் எல்லாம் நினைவுக்கு வர அவனுக்கு

அப்போதுதான் புரிந்து ரவியின் துரோகமும் யமுனாவுக்கு நடந்த கொடுமையும்,

ராஜ் : "என்ன மன்னிச்சிடுங்க..! யமுனா அப்போ நான் உங்கள தனிய விட்டுட்டு போயிருக்க கூடாது மன்னிச்சிடுங்க யமுனா"
யமுனா : "நீங்க என்ன பண்ணுவீங்க ராஜ்...! (கோபமாக) ரவி துரோகம் பண்ணுவானு உங்களுக்கு தெரியாதே ஆனா அவன பழி வாங்கமா விடமாட்டான்"
ராஜ் : "யமுனா...! என்ன இருந்தாலும் திவ்யா பாவம் அவளுக்கு ஒன்னு தெரியாது"
யமுனா : "இன்னும் கொஞ்ச நேரம்தான் ராஜ்..! ரவி இங்கதான் வந்து இருக்கான் நான் அவன பழி வாங்காம விடமாட்டான்"

ராஜ் : "யமுனா..! கொஞ்ச நேரம் எனக்கு தாங்க ரவியோட பேசனும் பிலீஸ், நான் பேசும் வரைக்கும் திவ்யா மாதிரி இருங்க யமுனா, கோவ படாதீங்க"
யமுனாவும் அமைதியாகி சரி என்று சொன்னாள்.

யமுனா திவ்யா மாதிரி வீல் செயாரில் உட்கார்ந்தாள்.

ராஜ் வீல் செயாரை தள்ளியப்படி அவர்கள் பேசிக்கொண்டிருக்கும் இடத்துக்கு வந்தான்.

அவனை பார்த்தவுடன் எல்லோருக்கும் ஆச்சரியமும் சந்தோசமும் ராஜின் அம்மா அவனை கட்டிப்பிடித்து கொண்டார்.
ராஜ் அம்மா : "ராஜ் உனக்கு குணமாகிட்டுப்பா...! நான் கும்பிட்ட கடவுள் எங்கள கைவிடல"
பேசிக்கொண்டிருக்கும் போது ரவி ராஜை கட்டிப்பிடித்தான்,

உடனே ராஜ் அவனை தள்ளி விட்டான்.

ரவி : "ராஜ் என்னடா ஆச்சி...!"
ராஜ் : "உன்னைய என்னட நண்பன்னு சொல்றத விட என்னட உடன் பிறப்பாதானடா உன்னோட பழகினன், இப்படி ஒரு துரோகத்த பண்ணிட்டியடா இப்படி பண்ண எப்படிடா உனக்கு மனசு வந்துச்சி"
ரவி : "ராஜ் என்னடா..! சொல்ற நான் உனக்கு துரோகம் பண்ணணா? என்னாச்சிடா உனக்கு"
ராஜ் : "டேய் நடிக்காதடா...! யமுனா எங்க...?"

ரவி ஆச்சரியத்தில் நடுநடுங்கி போனான், பதில் சொல்ல முடியாமல் முணங்கினான்.

ராஜ் பாய்ந்து அவனை கடுமையாக தாக்கினான். உடனே எல்லோரும் இருவரையும் பிடித்து இழுத்தனர்.

யமுனாவும் கடும் கோபத்தோடு பொறுமையாக இருந்தாள்.

ரவியின் அப்பா : "ராஜ் நீ எப்படி என்னட புள்ளய அடிப்ப...! அவன் உன்னோட உயிருக்கு உயிரா பழகினத்துக்கு நல்ல மரியாத கொடுத்திட்டீங்க, உங்க பையனுக்கு அடிப்பட்டதுல என்னவோ ஆயிட்ட டாக்டர்ட காட்டுங்க"

ராஜின் அப்பாவுக்கு கடும் கோபம் வந்தது,

ராஜின் அப்பா : "யோவ்....! நிறுத்துயா ஓ புள்ள..! என்ன காரியம் செஞ்சி இருக்கான் தெரியுமா?" என்று நடந்த எல்லாவற்றையும் கூறினார். ரவியின் அப்பாவும் மௌனமானார்.

திடிரென திரும்பி ரவியின் கன்னத்தில் அறைந்தார்,

"ஏன்டா இப்படி பண்ண கூட இருந்தவனுக்கு துரோகம் பண்ணிட்டல,

மன்னிச்சிருங்க..! சம்மந்தி ஏதோ தெரியாம பேசிட்டன்" என்று சொல்லி விட்டு ரவியை மீண்டும் அடித்தார்.

உடனே அப்பாவின் கையை பிடித்தான்.

ரவி : "என்ன...! என்ன...! ஆளுக்காள் கை ஓங்கிறிங்க நான்தான் யமுனாவ முதல்ல பார்த்தன் எனக்கு அவள ரொம்ப பிடிச்சிட்டு ஒவ்வொரு முறையும் சொல்லனும்னு போகும் போது இவன் முந்திக்கிறான், அப்புறம் எப்படி நான் நினச்சது நடக்கும் அதுதான் எனக்கு கிடைக்காதது வேற யாருக்கும் கிடைக்க கூடாது என்று இப்படி பண்ணிட்டன்,

"ஏன்டா ராஜ்...! என்னயே அடிச்சிட்டல"

என்று பக்கத்தில் மேசையில் இருந்த கத்தியை எடுத்துக் கொண்டு பாய்ந்தான் ராஜை குத்துவதற்கு.

திவ்யாவாக இருந்த யமுனா ரவியின் முன்னால் வந்து எழுந்து நின்றாள்.

ரவி அவளை பார்த்தவுடன் அவனை அறியாமலேயே கத்தி கை நழுவி கீழே விழுந்தது.

திவ்யாவின் உருவில் யமுனாவை பார்த்ததும் ரவி பயத்தில் நடுங்கினான்.

"யமு...! யமு.....! யமுனா...!"

என்று முணங்க ஆரம்பித்தான்.

உடனே யமுனா அவனின் கழுத்தைப் பிடித்து "ஏன்டா இப்படி பண்ண...! எவ்வளோ சந்தோசமா அம்மா, அப்பா, ராஜ்னு வாழ்ந்துட்டு இருந்தன் இப்படி பண்ணிட்டியடா பாவி" என்று கழுத்தை நெறித்தாள்.
ரவி : "என்னய விட்டுடு... ! யமுனா..!மன்னிச்சிடு"
யமுனா : "மன்னிப்பா..! நானும் விட்டுடு...! விட்டுடுனு..! கத்தினனே விட்டியா"
என்று சொல்லிக்கொண்டே அவனின் கழுத்தை பலமாக நெறித்தாள் வலி தாங்க முடியாமல் ரவி மூச்சி திணறி இறந்தான்.

ஒருவராலும் அவளை தடுக்க முடியவில்லை.

எல்லோருக்கும் ரவி இறந்து கிடப்பதை பார்த்து அனுதாபம் இருந்தாலும் அவனின் துரோகம் அதை மறைத்தது. பையன் எப்படி இருந்தாலும் அம்மாவுக்கு செல்லம் தானே ரவியின் அம்மா ரவியை கட்டிப்பிடித்து அழ தொடங்கினாள். ரவியின் அப்பா அம்மாவை சமாதானப்படுத்தினார்.

ராஜ் : (அழுதவாறு) "யமுனா இப்ப திவ்யாவ விட்டுட்டு போங்க பாவம் அவளுக்கு ஒன்னு தெரியாது,

அப்போ நான் எக்ஸிடன்ட் பட்டு இருக்காட்டி இப்படி ஒன்னு நடந்திருக்காதுதான யமுனா..!"
யமுனா : "இல்ல ராஜ் நான் உயிரோட இருந்து இருந்தா கூடவே இருந்த துரோகிய உங்களால கண்டுபிடிச்சிருக்க முடியாதுதான..! பரவால்ல ராஜ்..! நான் இறந்ததாலதான துரோகிய காண முடிஞ்சிது. நீங்க நல்லா வாழனும் ராஜ் அதுக்காக என்னட உயிர தியாகம் செஞ்சிட்டனு சந்தோசப்பட்டுக்குறன்"
என்று சொன்னதும் எல்லோருடைய கண்களிலும் கண்ணீர் வடிய ஆரம்பித்தது,

யமுனா : (அழுதவாறு) "ராஜ் அழாதீங்க..! யாரும் அழாதீங்க நான் பொய்ரன் ரெண்டு பேரும் சந்தோசமா இருங்க.. ஆனா ராஜ் உங்கள விட்டுட்டு என்னால போக முடியல"

ராஜ் : "இப்படி சொன்னா என்ன நியாயம் யமுனா, என்ன இருந்தாலும் திவ்யா என்னட வைப் அவளுக்கு ஒன்னு தெரியாது தெரியவும் கூடாது பிலீஸ் பொய்டுங்க"

யமுனா : (அழுதவாறு) "நான் போய்ரன்...! ராஜ் போய்ரன்...! நீங்க ரெண்டு பேரும் சந்தோசமாக இருங்க. அது போதும் என்னாலதான் உங்க கூட சேர்ந்து வாழ முடியல..! சந்தோமா இருங்க"

ராஜ் : (கவலையுடன்) "யமுனா என்னால உங்கள மறக்க முடியாதுதான் ஆனா இப்போ என்னய நம்பி திவ்யா இருக்கா..! இது பத்தி எதுவும் தெரிய கூடாது அவளுக்கு அவ பாவம்"

யமுனா : "திவ்யாவுக்கு ஒன்னு தெரிய கூடாதா..! நான் போறன்..! ஆனா ரவி செத்துக் கிடக்கிறான் என்ன பதில் சொல்ல போறீங்க..?"

ராஜ் : "நாங்க என்ன சரி சொல்லி சமாளிச்சிக்கிறோம்..! என்னட திவ்யாவுக்கும் எதுவும் நடக்க கூடாது" (அழுதவாறு)

யமுனா : " சரி ராஜ் நான் போரன்..! ஆனா திவ்யாகிட்ட இத மறைக்க நினைக்கிறீங்க...! ஆனா திவ்யாகிட்ட இதுக்கு விடை இருக்கு நான் போறன்..! நீங்க சந்தோசமா வாழனும் என்ற எண்ணத்தோடயும் உங்க கூட இருந்த அந்த கொஞ்ச நேரத்த நினைச்சும் சந்தோசமா போறன்" என்று அழுதவாறு திவ்யாவின் உடம்பிலிருந்து ஆவி பிரிந்து செல்ல திவ்யா கீழே சரிந்து விழுந்தாள்.

ஓடிப்போய் ராஜ் பிடித்துக் கொண்டான் அவளை வீல் செயாரில் உட்கார வைத்தவுடன் கண் திறந்தாள். ரவி இறந்து கிடந்ததையும் பார்த்து அதிர்ந்து போனாள்.

திவ்யா : "அண்ணா..!! அண்ணா..!! " என்று அழ தொடங்கி விட்டாள்.
ராஜ் : (கவலையாக) "வீட்டுக்கு வந்த நேரம் ரவிக்கு நெஞ்சு வலி வந்துட்டு திவ்யா ஹாஸ்பிடல்லுக்கு கொண்டு போக முன்னாடி இப்படி ஆகிட்டு"
திவ்யா : "பொய் சொல்லாதீங்க ராஜ்"
ராஜ் : "திவ்யா...! நான் ஏன்...! உன்னட்ட பொய் சொல்ல போறன்"
திவ்யா : "நீங்க பொய்தான் சொல்றீங்க ராஜ்...! யமுனா பத்தி மறச்சிட்டிங்களே ராஜ் இது பொய் இல்லையா?"
எல்லோரும் அதிர்ச்சியில் உறைந்தனர்.

திவ்யா : "எனக்கு எல்லாம் தெரியும் ராஜ், ரவிய கொன்றது யமுனாதான் அதுமட்டுமல்ல அவள பத்தி எல்லாமே தெரியும் ராஜ்"
ராஜ் : (அதிர்ச்சியில்) "திவ்யா அது எப்படி உங்களுக்கு தெரியும்?"

திவ்யா : "ரெண்டு பேரும் ஹொஸ்பிட்டல்ல இருந்த நேரம் ஆபேரஸன் முடிஞ்சி. எல்லோரும் பொய்ட்டிங்க நடுராத்திரி நேரம் நான் முழிச்சன் பக்கத்துல அந்த கறுப்பு உருவம் நின்னுச்சி பயத்துல என்னால கத்தவும் முடியல அப்பதான் அந்த கறுப்பு உருவம் பேச ஆரம்பிச்சிது,

அப்போதான் தெரியும் அது யமுனான்னு, அவ எல்லாத்தையும் சொன்னா எனக்கு அழுகையும் வந்துட்டு.

ரவிய பழி வாங்கியே தீருவன்னு சொன்னா, அப்புறம் அவ போனதும் கொஞ்ச நேரத்துல மாமா வந்தீங்க அதுக்கப்புறம் மயங்கிட்டன்"

ராஜ் : "மன்னிச்சிடு திவ்யா...!"
திவ்யா : "ஏன் ராஜ்..! உங்களுக்கு இப்பதான ஞாபகம் வந்து இருக்கு ஞாபகம் இருந்திருந்தா என்னய கல்யாணம் பண்ணியிருக்க மாட்டிங்களே" என்றவுடன் ராஜ் அழுதவாறு கண்ணீருடன் கட்டி அணைத்தான் திவ்யாவை .

சில மாதங்கள் கழிந்தன,

திவ்யாவின் காலும் குணமடைந்து நடக்கவும் ஆரம்பித்தாள்.

திவ்யாவின் அம்மாவும் அப்பாவும் இந்த வீட்டிலேயே அவர்களோடு இருந்தனர். ராஜ் வழமைப்போல வேலைக்கு போய்க்கொண்டு சந்தோசமாக இருந்தான் குடும்பத்தோடு.

ஆபிஸ் முடிந்து வந்து சாப்பிட்டு விட்டு எல்லோரும் கொஞ்ச நேரம் பேசி விட்டு உறங்க சென்றனர்.
திவ்யா : "ராஜ் நேரம் ஆகிட்டு வாங்க தூங்கலாம்"
ராஜ் : "இந்தா வாரன்"

இருவரும் உறங்கினர்.

உறங்கி சில மணித்தியாலங்களில் அந்த ஜன்னலுக்கு வெளியே வெள்ளையாக ஒரு உருவம் நின்று கொண்டிருந்தது.

★ ★ ☆

பொம்மை

இரவு நேரம்.. ஒற்றையடிப்பாதை.. இரண்டு பக்கமும் அடர்ந்த காடுகள், கரு இருள் கட்டித்தழுவ மயான அமைதி காட்டினுள் இருந்து வரும் சிறிய ஓசைக்கூட இதயத்துடிப்பை அதிகரிக்கச் செய்தது.

வழித்தவறி ஒருவன் அந்த ஒற்றையடிப்பாதையில் நடக்க ஆரம்பித்தான்.

வெகுதூரம் நடந்தும் இந்த அடர்ந்த காடுகளின் முடிவு ஏனோ முடிவதாக இல்லை. மனதில் தைரியத்தை வரவழைத்துக் கொண்டு இன்னும் சிறிது தூரம் நடக்க ஆரம்பித்தான்.

ஒற்றையடிப் பாதை முடிவுக்கு வந்தது. கண்களில் தென்படுபவை எல்லாமே கருமையாகதான் இருந்தது.

"கடவுளே காபாத்து" என்று முணுமுணுத்துக் கொண்டு கால் நடுக்கத்தோடு காலடிகளை மெதுவாக வைத்து நடக்க ஆரம்பித்தான்.

திடிரென பின்னால் ஏதோ அவனை கடந்தது போன்று உணர்வில் சட்டென்று திரும்பினான் எதுவுமே அவன் கண்களுக்கு தென்படவில்லை.

அவனின் இதயத்துடிப்பு பன்மடங்கானது "நான் எப்படி இந்த காட்டுக்குள்ள வந்தன் ஒன்னுமே புரியலயே" மனதுக்குள் பேசியப்படி காலடிகளை முன்னே வைத்தான்.

திடிரென அதே போன்று மீண்டும் அவன் முன்னால் யாரோ கடந்தது போன்று இருந்தது.

அது போன திசை நோக்கி சட்டென்று பார்த்தான் ஏதோ கறுப்பான பறவை ஒன்று பறந்தது போல் இருந்தது.

"ஏதோ..! யார் தந்த தைரியமோ" என்று நினைத்துக்கொண்டு இந்த அடர்ந்த நரகத்தின் முடிவை நோக்கி முன்னோக்கி நடக்க, தூரத்தில் ஏதோ வீடு போன்று தென்பட்டது.

அதை நோக்கி வேகமாக நடக்க ஆரம்பித்தான்.

பக்கத்தில் இருப்பது போன்று தென்பட்டாலும் வெகு தூரம் நடந்தும் மீண்டும் மீண்டும் அந்த இடம் தூரம் செல்வது போன்றே காணப்பட்டது.

முயற்சியை கைவிடாமல் நடக்க ஆரம்பித்தான்.

திடிரென பின்னால் அவனின் தோளை யாரோ தட்டியது போல் இருக்க சட்டென்று திரும்பினான்.

கறுப்பு உருவம் ஒன்று பயங்கரமான தோற்றத்தில் தலைவிரி கோலத்தில் எரிந்த முகமாக காட்சியளிக்க அதை பார்த்த பயத்தில் கீழே விழுந்தான்.

திடிரென அந்த உருவம் மாயமாய் மறைந்து போனது. அவனுக்கு உடம்பெல்லாம் வியர்த்து போனது.

அந்த உருவம் பின்னால் துரத்துவது போன்ற எண்ணத்தில் பயத்தில் ஓட ஆரம்பித்தான்.

சிறிது தூரம் ஓடியதும் கால் இடறி கீழே விழுந்தான். அவனுக்கு எதிரே தென்பட்ட வீடு மிக அருகில் இருந்து போல் தென்பட்டது உடனே எழுந்து ஓடி அந்த வீட்டினுள் நுழைந்தான்.

வீட்டினுள்ளே வௌவால்கள் அங்கும் இங்கும் பறந்து திரிந்தன.

சிலந்திகளின் வலைகளினால் வீட்டின் பெரும் பகுதி மறைந்திருந்தது. அவனின் கால்கள் மேல்மாடி நோக்கி செல்ல கால்களை படிமேல் வைத்து மேலே ஏறினான்.

திடிரென ஒரு அறையில் வெளிச்சம் ஒன்று தென்பட்டது மற்றும் யாரோ இருப்பதும் போன்று சத்தம் கேட்டுக்கொண்டிருந்தது.

"ஹலோ யாராவது இருக்கிங்கலா..! யாரு..! யாரு...!" என்று பேசிய வண்ணம் அந்த அறை நோக்கிச் சென்றான்.

அறையின் ஓர் ஓரத்தில் மெழுகுவர்த்தி ஒன்று எரிந்துக் கொண்டிருந்தது. அருகில் யாருமே இருக்கவில்லை மெதுவாக அதன் அருகில் சென்றான்.

அந்த வெளிச்சத்தில் முன்னே கண்டது போன்ற ஒரு உருவம் அவனை நோக்கி வருவதை அந்த வெளிச்சத்தில் அதன் நிழலை வைத்து அறிந்துக்கொண்டான்.

அந்த நிழல் மிக நெருங்கி வர உடனே திரும்பினான். அவனை தொடர்ந்து வந்த அதே கறுப்பு உருவம் அவன் கழுத்தை பிடித்து நெறுக்க ஆரம்பித்தது.

"ஆ.....!ஆ.....!அம்....!மா...!அம்மா...!" என்று கத்தினான்.

"டேய்...! ஏன்டா..! காலங்காத்தால பேய் மாதிரி கத்துற..! என்ன..! பேய் கனவா உனக்கு இதே வேலையா போச்சு..! ஏதாவது பேய் கனவ காண வேண்டியது அப்புறமா கத்த வேண்டியது..! எந்திரிடா..! காலேஜ் போகனும் எக்ஸாம் இருக்குனு எந்த கவலையும் இல்ல...! எக்ஸாம்ல பாஸ் ஆகிட்டு நல்ல வேலைக்கு போகனும்ட எண்ணமும் இல்ல...! எந்திரிடா இல்ல சுடு தண்ணிதான்..! அள்ளி ஊத்துவன்" என்று செல்லமாக எழுப்பினாள் நவீனின் அம்மா.

நவின் : "சுடு தண்ணியா..! நல்ல வேல கனவா இது..! நா கூட உண்மையோனு நெனச்சி ரொம்ப பயந்துட்டன்...! நான் ஏன்டா 12 மணிக்கு சுடுகாட்டுக்கு போகனும்...!
நிசா : "டேய் அண்ணா....! மையின்ட் வாய்ஸ்னா உனக்கு மட்டும் கேட்டா போதும் கிச்சனுக்கு கேக்குது போடா...! போய் குளிடா..!" என்று மரியாதையாக சொன்னாள் நவீனின் தங்கை.

நவீன் : "அவ்வளவு சத்தமாவா கேக்குது..! அடச்சே...! என்ன கருமம்டா வர.. வர.. மையின்ட் வாய்ஸக்கூட சத்தமா பேசிடுறன்..! ஒன்னாவது நல்ல டாக்டர பாக்கனும்"
அம்மா : "நவீன்...! இன்னும் குளிக்க போகலயா..!"
நவீன் : "அம்மா..! இந்தா போறன்...! (மனதுக்குள்) டைம்மூக்கு போகாட்டி சோறு கிடைக்காது, நமக்கு சோறுதான முக்கியம்" என்று உளறிக்கொண்டே குளியலறை சென்றான்.
சிறிது நேரத்தில் குளித்துவிட்டு வந்தான்.
அம்மா : "நவின் சீக்கிரம் டிரெஸ் சேன்ஞ் பண்ணிட்டு வா சாப்பிட காலேஜுக்கு நேரம் ஆகிட்டு"
நவின் : "இந்தா 5 நிமிசம் அம்மா வந்துறன்"
நிசா : "ம்...! சாப்பாட்டுக்கு மட்டும் எந்த லேட் ஆகாம வந்துரு"
நவின் : "போடி போடி..! சோறுதான் முக்கியம் சாப்பாட எல்லாம் வெயிட் பண்ண வைக்கக்கூடாது"

அம்மா : " உன்னட தத்துவம் எல்லாம் போதும் மூட்டிட்டு வந்து சாப்பிடு"
(அம்மா...! அம்மா...! நீ எங்க அம்மா)
நிசா : "BGM இங்க கேக்குது நிறுத்திக்கோ)

நவின் : "அம்மா..! நீங்களா இப்படி சொன்னீங்க"
அம்மா : "டேய்..!"
நவின் : (மனதுக்குள்) "ஐய்யய்யோ இனி ஏதும் பேசினா சாப்பாடு கிடைக்காது", "ஒன்னுமில்லம்மா"
பேசியவாறு சாப்பிட்டுவிட்டு காலேஜ் சென்றான்.

அவனுடைய நண்பர்கள் மரத்தின் கீழ் நின்று பேசிக்கொண்டிருந்தனர். நவினும் வந்து சேர்ந்தான்.

தினேஷ் : "வா மச்சா...! என்னடா லேட் ஆகிட்ட?"
நவின் : "எந்திரிக்க லேட் ஆகிட்டுடா..!"
மைக்கல் : "மச்சா தினேஷு இது என்ன புதுசாடா வழமையா நடக்குறதுதான அத வேற அவங்கிட்ட கேட்டுகிட்டு"

வினோத் : "சரி மச்சா அத விடு இன்னும் கொஞ்ச நாள்ள எக்ஸாம் வருது அப்புறம் காலேஜ் இல்ல, வேலைக்கு போகனும் என்ன பண்ற ஐடியால இருக்கீங்க"

கமல் : "நல்ல IT கம்பனிக்கு வேலைக்கு போகனும் மச்சா, என்னட சித்தப்பா ஒருத்தர் இருக்காரு அவரு ரெக்கமன்ட் பண்ணி எடுத்துதாரனு சொன்னாரு"

வினோத் : "மச்சா அப்படினா எங்களுக்கும் கேட்டு பார்க்க சொல்லன்டா எல்லாரு ஒன்னா வேல பாக்கலாம் என்ன சொல்ற"

கமல் : "ஓகேடா கண்டிப்பா எல்லாரு அங்கேயே வேல பாக்கலாம்டா செம ஜாலியா இருக்கும்..! நவின் என்ன சொல்ற ஓகேதான...!"
நவின் : "மச்சா பார்ட் டைம்னா வேல பாக்கலாம், எனக்கு காலையில ஆபிஸ் போய் ஈவினிங் வீட்ட வாரது செட் ஆகாதுடா, எனக்கு ஹிஸ்டோரிக்கல் இடங்களுக்கு அப்புறம் ரொம்ப காலமா பழமையாக இருக்குற இடங்களுக்கு போய் ஆராச்சி பண்ணனும் அதுல பெரிய ஆளா வரனும்னு ஆச மச்சா"

மைக்கல் : "மச்சா எனக்கும் அதுல ரொம்ப இன்டர்ஸ்ட்தான்டா எக்ஸாம் முடிஞ்சி அத பத்தி யோசிக்கலாம் மச்சா"

நவின் : "சரி மச்சா..! நான் நெட்ல ஏதாவது நல்ல இடமொன்னு தேடி பாக்குறன் எக்ஸாம் முடிஞ்சி எல்லோரும் போவோம்டா, டிரிப் மாதிரி ஓகே...!"
வினோத் : "ஓகே...! மச்சா போய்தான் பாப்போம் அதுக்கு இன்னும் நாள் இருக்குதான இப்ப வாங்கடா கிளாஸுக்கு போவோம்"

எல்லோரும் வகுப்பறைக்குச் சென்று அமர்ந்தனர்.
தினேஷ் : "மச்சா..! எங்கடா உன்னட ஆள காணல"
வினோத் : "ஆமாடா..! கேளு..! நைட் புள்ளா Whatsapp, IMO ல தான் மொக்க போட்டுறது இங்க வந்து கேட்டா ஒன்னு தெரியாது இவன் அவள தூங்க விட்டாதானடா அவளும் ஏர்லியா காலேஜிக்கு வருவா, அவ நல்லா தூக்கமாயிருப்பா"

நவின் : "என்னடா..! கலாய்க்கிறிங்களா?"
மைக்கல் : "அட இப்பதான் தெரியுதோ நாங்க கலாய்க்கிறம்னு" என்று எல்லோரும் சிரிக்க தொடங்கினர்.

♥♥ஆமாங்க நவின் தீபிகா என்ற பொண்ண காதலிக்கிறான். ஒரே கிளாஸ்ல இருந்தாலும் இதுவரைக்கும் அவன் அவளிடம் பேசியதுக்கூட இல்ல.

"அட கருமம என்ன கன்றாவியான ஒரு லவ்வுனு நெனச்சிறாதீங்க இந்த காலத்துலயும் இதயம் முரளி மாதிரி ஒருத்தன்"

அவன் நண்பர்களக் கூட தூது விடமாட்டா ஏன் தெரியுமா

"மச்சா..! சம் டைம் என்ன அவ பிடிக்கலனு சொல்லிட்டா அத என்னால தாங்க முடியாதுடா இப்படியே இருக்கட்டும்

டைம் வரும் போது பாத்துக்கலாம்" என்று சொல்லி விடுவான்.

"போடா நீயும் உன்னட லவ்வும்" என்று நண்பர்கள் சொல்லாத நாளில்லை. ♥♥♥

ஆசிரியர் உள்ளே வந்து பாடம் நடத்த ஆரம்பித்தார்.
ஆசிரியர் : "தீபிகா எங்க..! இன்டக்கி வரலயா?"
அவளின் நண்பி ஒருத்தி "அவளுக்கு Fever சார்" என்று சொன்னாள்.

நவினின் நண்பர்கள் அவனின் முகத்தை பார்த்தனர்.

நவின் : "டேய்..! என்னட மூஞ்ச ஏன்டா பாக்குறீங்க அந்த சொட்ட மண்டையன பாருங்கடா இல்லன எந்திரிக்க சொல்லி கேள்வி கேட்டு கொலையா கொல்லுவான்டா திரும்புங்கடா"
ஆசிரியர் : "டேய்..! என்னங்கடா அங்க பேசிட்டு இருக்கீங்க..!"
மைக்கல் : "ஒன்னுமில்ல சேர்"
ஆசிரியர் : "டேய் அந்த 5 பேரும் எந்திரிங்கடா"
நவின் : "நாதாரிங்களா சொன்னன்தான இன்டக்கி செத்தோம்"

ஐவரும் எழுந்து நின்றனர். ஆசிரியர் கேள்வி ஒன்று கேட்டார். அவர்கள் பதில் கூறாமல் திருத்திருவென முழித்தனர்.

ஆசிரியர் : "டேய்..! வாயத்தொறந்து ஆன்ஸர் பண்ணுங்கடா"

தினேஷ் : (மனதுக்குள்) "தெரிஞ்சா சொல்லமாட்டமாடா சொட்டத்தலயா"
ஆசிரியர் : "நீங்கெல்லாம் படிச்சி என்னத்தடா கிழிக்கப்போறீங்க"
மைக்கல் : (மனதுக்குள்) "நல்லா இருக்குறத நாங்க ஏன்டா கிழிக்கப்போறோம்"
ஆசிரியர் : "டேய் எல்லாரும் வெளிய போங்கடா"
எல்லோரும் : "சரி சேர்..!"
ஆசிரியர் : "ஹேய்..! நான் சொன்னது இந்த 5 பேரையும் எல்லாரு கோரசா கத்திட்டு போறீங்க, டேய் நீங்க போங்கடா"

ஐந்து பேரும் வகுப்பறையிலிருந்து வெளியே சென்றனர்.

மீண்டும் மரத்தடியில் உட்கார்ந்து அரட்டை அடிக்க ஆரம்பித்தனர்.
நவின் : "அப்பாடா..! தப்பிச்சோம் இல்லனா படிச்சி கொடுக்குறனு சாவடிச்சிடுவான்"
மைக்கல் : "ஆமாடா நல்லதா போச்சி..!"
நவின் : "டேய்..! தீபிகானு சொல்லவும் என்னய ஏன்டா பாக்குறீங்க"
கமல் : "மச்சி..! நீதானடா அவளோட வருங்கால புருஷன்"

தினேஷ் : "ம்ம்..! இப்படி சொல்லி சரி அவன்ட மனச சந்தோச படுத்துங்கடா ஏன்னா வாயால புருஷனு சொல்லமட்டும் தான் முடியு" என்று சொல்லி சிரித்தனர்.

நவின் : "என்னடா நக்கலா...! ஏற்கனவே அந்த சொட்ட மண்டையன் என் மேல செம காண்டுல இருக்கா, இத வேற தெரிஞ்சா அவ்வளோதான் டன்டனக்கானு ஆடுவா"
வினோத் : "சரி..! சரி..! விடு மச்சி.."

சிறிது நேரத்தில் அடுத்த பாடத்திற்கு மணி ஒலித்தது.

மாலையான பிறகு எல்லோரும் வீடு சென்றனர்.

இரவானது,
அம்மா : "நவின்..! சாப்பிட வா..!"
நவின் : "அம்மா..! அப்பா எங்க காலையில இருந்து காணல எங்க போனாரு?"
அம்மா : "ஏதோ பிஸ்னஸ் விஷயமா காலையில ஆறு மணிக்கே வெளியூருக்கு எங்கயோ போரனு போறாரு"

நவின் : "ஆறு மணிக்கா..! அதுதான் நமக்கு மிட்நைட் ஆச்சே, ஆமா நிசா எங்க சாப்பிட்டாளா?"
அம்மா : "உள்ள படிச்சிட்டு இருக்கா, நிசா வா சாப்பிட"
நிசா : "இந்தா வாரம்மா 5 நிமிசம்"
இருவரும் சாப்பிட்டுக் கொண்டிருந்தனர்.

திடிரென ஜன்னல் கதவு எல்லாம் படபடவென அடிக்க ஆரம்பித்தன.

காற்று சத்தமாக வீச உள்ளிருந்து நிசா ஓடி வந்து அம்மாவின் அருகில் உட்கார்ந்து கொண்டாள்.

மின்னல் பலமாக வெட்டியது இடி முழக்கம் காதை கிழித்தது.

காற்றில் மரங்களின் சத்தம் ஏதோ மனதை பயமுறுத்தியது.

சிறிது நேரத்தில் இலேசான மழையுடன் எல்லாம் ஓய்ந்தது.

அம்மா : "கொஞ்ச நேரத்துல ஈரக்கொலயே நடுங்கிட்டுது"

நிசா : "ஆமாமா...! ஈரக்கொல நடுங்கிச்சி"
அம்மா : "உனக்கெப்படிடி தெரியு...! எனக்கு நடுங்குனது"
நிசா : "அம்மா...! உங்கட இல்ல என்னட"

நவின் : "அட..! ரெண்டு பேரும் சுத்த பயந்தா கொல்லியா இருக்கிங்க, என்ன மாதிரி இருக்கனும்"
நிசா : "டேய்..! அப்புறம் ஏன்டா கை மட்டும் தனிய இப்படி நடுங்குது"
நவின் : "அது..! சாப்பாட்டுல காரம் அதிகமா இருக்கு அதுதான் நடுங்குது"
நிசா : "அம்மா..! பாத்திங்களாம்மா காரமாயிருந்தா கண்ணீர் வந்து கேள்விபட்டு இருக்கோ, இவனுக்கு கை நடுங்குதாம் விசித்திர பொறப்பா இருக்கு"

திடிரென யாரோ கதவை தட்டினர். மூவரும் சட்டென்று திரும்பினர்.

நிசா : "டேய்..! போய் கதவ தொரடா"
நவின் : "எது நானா..! நா வேலயா இருக்கன் என்ன போய் தொறக்க சொல்ற"
நிசா : "வேலையா...! என்ன வேலடா..!"
நவின் : "சாப்பிடுறனே அதுதான் வேல"

அம்மா : "நவின்..! போய் யாருனு பாருடா தட்டிக்கிட்டே இருக்காங்க"
நவின் : "அம்மா..! நீங்கதான் பெரிய மனுசன் நீங்க தொறங்கம்மா"
நிசா : "போடா...! பயந்தாங்கோலி எந்திரிடா மூணு பேரும் போய் பாப்போம்"

மூவரும் பயந்தவாறு கதவை திறந்தனர். அங்கே அப்பா நின்று கொண்டிருந்தார்.

நவின் பயமில்லாதவாறு சமாளித்துக் கொண்டிருந்தான்.

அப்பா : "கதவ தொறக்க...! இவ்வளவு நேரமா?"
அம்மா : "இல்லங்க எல்லாரு சாப்பிட்டுக்கிட்டு இருந்தோ அதுதான் லேட்"
அப்பா : "ஆமா சாப்பிடுற இடத்துக்கும் கதவுக்கும் 2 கிலோமீட்டர் தூரம் தான அதுதான் லேட், பயந்து யாரு கதவ தொறக்கல அதுதான, இதுல வேற பொய், பாரு இவன...! பந்தாக்கு மட்டு கொரச்சல் இல்ல"
நவின் : "அப்பா..! ஏதாவது சொன்னீங்க?"
அப்பா : "ஒன்னுமில்லப்பா போ போய் சாப்புடு"

மீண்டும் எல்லோரும் சாப்பிடுவதற்கு சென்றனர் அப்பாவும் சேர்ந்து சாப்பிட்டார்.

நிசா : "டேய் அண்ணா..! பயந்தா பயமுனு சொல்லன்டா ஏன்டா இந்த பந்தா?"
நவின் : "எல்லா ஒரு வீராப்புதான்...!"
நிசா : "போடா போய் தூங்கு..! வீணாபோனவன் எல்லாம் வீராப்ப பத்தி பேசுறானுங்க" என்று சொல்லி ஓடி விட்டாள்.

சிறிது நேரத்தில் எல்லோரும் உறங்கச் சென்றனர்.
மறுநாள் வழமைப்போல காலேஜ் சென்றான்.

நண்பர்கள் எல்லோரும் மரத்தடியில் உட்கார்ந்துக் கொண்டு பேசிக்கொண்டிருந்தனர்.

நவினும் உட்கார்ந்துக் கொண்டான்.

மைக்கல் : "மச்சி..! ஏதோ பேக்ரொவுன்ட் மியூசிக் கேக்குற மாதிரி இருக்குதே..!"
வினோத் : "ஆமாடா..! ஏதோ கேக்குது..!"
தீபிகா நடந்து வந்துக்கொண்டிருந்தாள் நவின் கண் இமைக்காமல் பார்த்துக் கொண்டிருந்தான்.

மைக்கல் : "அட....! அதுதான் மியூசிக் எல்லாம் கேக்குது, ஹீரோயின் வாராங்க ஹீரோ இங்க இருந்து ரொமான்ஸா சைட் அடிக்கிராரு" நவின் எதையும் காதில் வாங்காமல் பார்த்துக் கொண்டிருந்தான்.
கமல் நவினின் தோளைத்தட்டி,

கமல் : "போதும் மச்சி..! காலேஜ்ல லவ்வர்ஸ் ரொமான்ஸ் பண்றத பாக்கவே கன்றாவியா இருக்குது, இதுல நீ வேற புதுசா ரொமான்ஸ் சைட்னு ஒன்னு பண்ணுறீயே முடியல மச்சி..! முடியல..!" எல்லோரும் கோரசாக "ஆமா..! மச்சி முடியல..!" என்று கலாய்த்தனர்.

நவின் : "டேய் நல்லா கலாய்ங்கடா..! ஒருநாள் இல்ல ஒருநாள் ரெண்டு பேரும் ரொமான்ஸ் பண்றத பாக்கதான்டா போறீங்க."
தினேஷ் : "அவ நடந்து வார ரோட்ட பாக்குற ஒனக்கு எதுக்குடா ரொமான்ஸு"
மைக்கல் : "மச்சி..! போதுன்டா ரொம்ப கலாய்காதீங்கடா"

நவின் : (சிரித்தப்படி) "பேசுங்கடா பேசுங்க இதுகெல்லாம் நான் அசரமாட்டன்"
மைக்கல் : "டேய்..! நவின் போய் பேசுடா"
நவின் : "மச்சி நான் எப்படிடா போய் பேசுறது"

மைக்கல் : "அதுக்கு ஊர்ல இருந்து நாலு பெரிய மனுசனய கூட்டிட்டு வர முடியும் போடா போய் பேசு"
நவின் : "மச்சி..! பாரு மச்சி பேச சொன்னாலே கால் கை எல்லாம் நடுங்குது அப்ப எப்படிடா பேசுறது"
தினேஷ் : "விடு மச்சி நாங்க போய் பேசுறோம்"

நவின் : "டேய் வேணான்டா" என்று அந்த பழைய டயலாக்கை எப்போதும் போல சொன்னான்.

வினோத் : "மச்சா..! இதயம் படத்துல கிளைமேக்ஸ்ல முரளி ஹீரோயின்க்கிட்ட இருந்து தண்ணி போத்தல் ஒன்னு சரி வாங்கினாரு, ஆனா நீ தவுடுபொடிக் கூட வாங்கமாட்ட போலிருக்கே"

நவின் : "மச்சி பொறுமதான்டா முக்கியம் பொறுமையா இருந்தா கிடைக்காதது எதுவுமே இல்லடா"
தினேஷ் : "மச்சி..! நீ பொறுமையா இரு இல்லனா, பொறுக்காம இரு இப்ப கிளாஸுக்கு போவோம்டா"
எல்லோரும் வகுப்புக்குச் சென்றனர்.

சிறிது நேரத்தில் திடிரென காலேஜில் சிறு சலசலப்பு எல்லோரும் வெளியே ஓடினர்.

சிலர் பெண்கள் பாத்ரூமில் கூடி நின்றனர். நவினும் நண்பர்களும் அருகில் சென்றனர். அதை பார்த்து விட்டு அதிர்ச்சியில் உறைந்து நின்றனர்.

பாத்ரூமில் ஒரு மாணவி இறந்து கிடந்தாள். வாய், மூக்கிலிருந்து
இரத்தம் வழிந்துக் கொண்டிருந்தது.

அவளின் அருகில் அவளின் சில நண்பிகள் அழுதுக் கொண்டிருந்தனர். சிறிது நேரத்தில் போலிசாரும் அங்கே வந்தனர்.

போலிசார் எல்லோரிடமும் விசாரித்தப்போதும் யாருக்கும் எதுவும் தெரியவில்லை எவ்வாறு நடந்ததென்றும் புரியவில்லை.

போலிசாரால் யார்மீதும் சந்தேகப்படவும் முடியவில்லை.

ஏனென்றால் எல்லோரின் முகத்திலும் ஒரு வித பயமும் கலக்கமும் குடிக் கொண்டிருந்தது.

உடனே போலிசார் மாணவியின் உடலை உறையினுல் இட்டு தடயங்கள் ஏதும் இருக்கின்றதா என தேடினர் எதுவுமே கிடைக்கவில்லை.

சில புகைப்படங்களும் வீடியோக்களும் எடுத்துக்கொண்டனர்.

இடத்தை சுத்தம் செய்துவிட்டு காலேஜ் அதிபரிடம் "இது கண்டிப்பா தற்கொலயாதான் இருக்கும் யாரையும் பயப்பட வேண்டானு சொல்லுங்க அப்புறமா எல்லாரையும் வீட்ட போக சொல்லுங்க post mortem ரிபோட் வரும் வரைக்கும் காலேஜ் ஓபன் பண்ணாதீங்க" என்று போலிஸ் அதிகாரி சொன்னார்.

தீபிகாவும் அவளின் நண்பிகளும் பயத்தின் உச்சக்கட்டத்தில் பயந்தப்படி பேசிக்கொண்டே வகுப்பறைக்குச் சென்றனர்.

நவின் : "என்னடா மச்சி..! இப்படி நடந்துட்டு அதுவும் காலேஜ் உள்ள"
தினேஷ் : "கண்டிப்பா தற்கொலயாதான் இருக்கும்"
கமல் : "ஆமாடா..! ஏதாவது லவ் மேட்டரா இருக்கும் போல"
வினோத் : "அவள காலேஜ் வரும் போது பார்த்தன் மச்சி..! ஹெப்பியாதான் பிரன்ட்ஸோட பேசிக்கிட்டு வந்தா திடிர்னு அவளுக்கு என்னாச்சி"

நவின் : "தற்கொலனா எவிடன்ஸ் ஒன்னுக்கூட இல்லயடா"
வினோத் : "அவட பிரன்ட்ஸ் அம்மா, அப்பாக்கிட்ட விசாரிச்சி பார்த்தா புரியும்"
கமல் : "நமக்கு எதுக்குடா
post mortem ரிப்போட்ல என்ன வருதுனு பாக்கலாம்"
மைக்கல் : "நவின் என்னடா யோசிக்கிற"
நவின் : "ஒன்னுமில்ல மச்சி"

சிறிது நேரத்தில் அதிபரின் அறிவித்தலில் எல்லோரும் வீடு சென்றனர்.

அம்மா : "என்னப்பா இவ்வளோ நேரத்தோட வந்துட்ட"
நவின் : "காலேஜ்ல ஒரு பொன்னு சூசைட் பண்ணிக்கிட்டாம்மா ஏன்னு தெரியல post mortem பண்ண கொண்டு போய் இருக்காங்க நாளைக்குதான் தெரியும்"

அம்மா : "கடவுளே...! தற்கொல பண்ற அளவுக்கு இந்த பொண்ணுக்கு என்ன ஆச்சோ தெரியலயே..!"
அப்பா : "என்னது தற்கொலயா?"
நவின் : "ஆமாப்பா"

நிசா : "அவட அம்மா, அப்பா ரொம்ப கவலபடுவாங்க எவ்வளோ கஸ்டமாயிருக்கும்.

அவட அம்மா, அப்பாவ யோசிக்காம இப்படி பண்ணிடாளே பாவம் அவட அம்மா, அப்பா" என்று கவலையோடு சொன்னாள்.

மாலை நேரம் ஆனது,
நவின் : "அம்மா...! ப்ரண்ட்ஸோட வெளிய பொய்ட்டு வாரன்"
அம்மா : "சரிப்பா கவனமா பொய்ட்டுவா"
நிசா : "ம்..! பொழுது போகாட்டி எங்கசரி பொருக்க போறதே பொழப்பா பொய்ட்டுது இவனுக்கு"

நவின் : "போடி..! போடி..!"
என்று சொல்லி விட்டு மோட்டார் சைக்களில் சென்றான்.
நண்பர்கள் எல்லோரும் கடை ஒன்றின் அருகில் நின்று கொண்டருந்தனர்.

வினோத் : "வா..! மச்சி.."
மைக்கல் : "மச்சி..! நாளைக்கு காலேஜ் வர சொல்லிட்டாங்கடா..! post mortem ரிபோட்ல சூசைட்னு கன்போர்ம் ஆகிட்டுடா"
நவின் : "ஓ..! அப்படியா சோ..! என்ன பிரோப்லம்னு தெரியலயா?"
மைக்கல் : "அது பத்தி தெரியலடா"
வினோத் : "அத விடு மச்சா...! பீச் போவோமாடா" எல்லோரும் "ஓகே" என்று புறப்பட்டனர் பீச் நோக்கி..!
சிறிது நேரத்தில் கடற்கரை வந்தடைந்தனர்.

கடற்கரையில் கூட்டம் நிறைந்த வழிந்தது.

என்றும் இல்லாமல் இன்று அதிகமாக மக்கள் வந்திருந்தனர்.

நவின் : "என்ன மச்சா..! செம கூட்டமா இருக்கு என்னவாயிருக்கும்"
மைக்கல் : "ஏதோ கார்னிவெலும் மியூசிகல் சோவும் நடக்கபோகுதாம் அதுதான் இவ்வளோ கூட்டம்"

வினோத் : "மச்சி..! செமயா சைட் அடிக்கலாம் இன்டக்கி ஜாலிதான், நைட்டுக்குதான் வீட்ட போறது ஓகேயா"
கமல் : "ஓகேடா ரொம்ப நாள் ஆகிட்டு இப்படி ஒன்னா இருந்து"
தினேஷ் : "ம்..! மச்சி எல்லாரு வீட்ட போன் பண்ணி சொல்லிடுங்கடா லேட்டாதான் வருவோம்னு"

நவின் : "ஓகே மச்சி..! வினோத், என்னட ஆளும் இங்க வந்துயிருந்தா செமயா இருந்திருக்குடா"
வினோத் : "போ போய் கூட்டிட்டு வா பெருசா பேசுற"

மைக்கல் : "மச்சி..! தீபிகாடா"
நவின் : "எங்கடா"
மைக்கல் : "அங்க பாருடா புளூ சுடிதார்ல பிரண்ட்ஸோட பேசிட்டு போறா பாரு"
நவின் : "அட..! ஆமா."

வினோத் : "அப்ப..! நவினுக்கு இன்டக்கி கொண்டாட்டம்தான்"
தினேஷ் : "மச்சி இதுதான் சான்ஸு போய் லவ்வ சொல்லிரு இப்ப மிஸ் பண்ணா அப்புறம் கஸ்டம் சந்தர்ப்பத்த பயன்படுத்திக்கோ"

நவின் : "ஆமாடா கண்டிப்பா இன்டக்கி சொல்லியே தீரனும்"

மைக்கல் : "மச்சி வா..! பின்னாலேயே போவோம் அவ தனிய எங்கேயாவது போனா உடனே போய் ப்ரபோஸ் பண்ணிரு ஓகேயா"

நவின் : "ஓகே மச்சி..! வா போவோம்"
எல்லோரும் அவர்களை பின்தொடர்ந்து நடந்து சென்று கொண்டிருந்தனர்.

தினேஷ் : "டேய்..! பின்னாலதானடா போக சொன்னோ, நீ என்னடா பிட்பாக்கெட் அடிக்கிற மாதிரி போற கெத்தா வாடா"
நவின் : "சாரி மச்சி..! கொஞ்சம் உணர்ச்சி வசப்பட்டன்"

சிறிது நேரத்தில், தீபிகா தனியாக ஐஸ் வாங்க சென்றாள்.

அவளின் நண்பிகள் அருகில் உள்ள கடையில் நின்று கொண்டிருந்தனர்.

தினேஷ் : "மச்சி...! அவ வரா முன்னாடி போடா போய் சொல்லு பயப்படாம போடா"
நவின் : "ஓகே மச்சி..! இருந்தாலும் கை கால் எல்லாம் நடுங்குதுடா"
வினோத் : "போடா..! பயப்படாம"
நவின் தீபிகாவின் அருகில் மெதுவாக தயக்கமாக நடந்து பக்கத்தில் சென்றான்.

பின்னால் இருந்து அவளை அழைக்க முயற்சித்தான் அதற்குள் தீபிகா திரும்பி இவனை பார்த்துவிட்டாள்.

தீபிகா : "ஹாய் நவின்..! நீங்க எங்க இங்க.? யாரோட வந்தீங்க பிரன்ட்ஸ் எங்க"
தீபிகா இவ்வளவு சகஜமாக பேசியவுடன் நவினுக்கு உடம்பில் மின்சாரம் பாய்வதைப் போல் உணர்ந்தான்.

சில நொடி உறைந்து நின்றான்.

தீபிகா : "நவின்..! நவின்..!"
நவின் : "பிரன்ட்ஸோடதான் வந்தன் அதோ அங்க இருக்காங்க"
திடிரென "தீபி" என்று குரல் கேட்டது.

தீபிகா : "வாங்க வசந்த் எங்க போனீங்க இவ்வளவு நேரமா, ரொம்ப நேரமா வெயிட் பன்றன்"
வசந்த் : "சாரி தீபி வார வழில செம டிராபிக் அதுதான் லேட் சாரிமா, யாரு இது பிரன்டா"

தீபிகா : "என்னட கிளாஸ்மேட்தான் ஒரே காலேஜ் பேரு நவின்"
வசந்த் : "ஹாய் நவின்"
நவின் : "ஹாய்"
தீபிகா : "நவின்..! இது வசந்த் IT கம்பனி ஒன்னுல மேனேஜரா இருக்காரு, நாங்க ரெண்டு பேரும் லவ் பண்றோம் நேத்து ஈவினிங்தான் ப்ரபோஸ் பன்னாரு எனக்கும் ரொம்ப பிடிச்சிட்டு ஒத்துக்கிட்டன்"
இதை கேட்டதும் நவினின் இதயத்தில் இடி விழுந்தது போல் இருந்தது.

தீபிகா : "வசந்தான் இன்டக்கி பீச்க்கு வர சொல்லி போன் பண்ணியிருந்தாரு அதுதான் வந்தன், அடிக்கடி வந்து போய்

இருக்கன் பட் இன்டக்கி ஏதோ புதுசா வந்தமாதிரி ஒரு பீளிங்கா இருக்கு என்ன வசந்த்"
வசந்த் : "ம்ம்...!"
நவின் : "வாழ்த்துக்கள்..! ஓகே நான் போறன் பிரன்ட்ஸ் தேடுவாங்க"
தீபிகா, வசந்த் : "ஓகே நவின் Bye"

நவின் சோகத்தோடு தலை குனிந்தவாறு நடந்து வந்துக் கொண்டிருந்தான்.

தினேஷ் : "மச்சி என்ன மச்சி இவன்..! லவ்வ சொல்லிட்டு சந்தோசமா வருவானு பாத்தா, லால் சேட்டு கல்யாணத்துல திருடி மாட்டிக்கிட்ட மாதிரி வாரான்"

வினோத் : "மச்சி நவின் என்னடா ஆச்சி"
நவின் நடந்தவற்றை கூறினான். எல்லோரும் சத்தமாக சிரிக்க ஆரம்பித்தனர்.

நவின் : "டேய் என்னங்கடா நக்கலா நானே லவ் பெயிலியர் ஆகிட்டுனு கவலையில இருக்கன் நீங்க வேற வெறுப்பேத்திக்கிட்டு"

கமல் : "மச்சி லவ் சொல்லி அது பெயிலியரானா பரவாயில்ல நீதான் லவ்வ சொல்லவே இல்லயே, அட்லீஸ்ட் அவளுக்கு லவ் பண்றது தெரிஞ்சியருக்கனும் அதுவும் இல்ல, அப்ப என்னடா லவ் பெயிலியரு"

நவின் : "மச்சி என்ன இருந்தாலும் லவ்தான"
மைக்கல் : "மச்சி என்னட வாய்ல ஏதாவது
வந்துற போகுது"

தினேஷ் : "மச்சி கடல்ல மீனா இல்ல பீல் பண்ணாம வாடா"
வினோத் : "நவின் நீதான் மச்சி இதயம் முரளி பார்ட் 2"

கமல் : "விடு மச்சி எல்லாம் நன்மைக்குதான், இனி பிரஸ்ஆ யாரையாவது லவ் பண்ணிக்கலாம், இப்ப வாடா அங்க கடலமிட்டாய் விக்கிறாங்க வா வாங்கி திங்கலாம்"

நவின் : "கடலமிட்டாயா"

ஒரு வழியாக சமாதானப்படுத்தி கடற்கரையில் சுற்றி திரிந்தனர்.

திடிரென துரத்தில் சிலர் குவிந்து நின்றனர். போலிசாரும் குவிந்து நின்றனர்.
நவின் :"என்ன மச்சி அங்க ஒரே கூட்டமா இருக்கு வா என்னுனு பாக்கலாம் " கூட்டத்தின் அருகில் சென்று உற்றுப்பார்த்தனர்.

பார்த்த நொடி அதிர்ச்சியில் உறைந்தனர்.

ஒருவருடைய இறந்த உடல் ஒன்று கரை ஒதுங்கியிருந்தது.

போலிசார் விசாரித்துக் கொண்டிருந்தனர். சிறிது நேரத்தில் உடலை போலிசார் கொண்டு செல்ல அணைவரும் அவ்விடத்திலிருந்து கலைந்து சென்றனர்.

மைக்கல் : "ஒரு வேல குளிக்கும் போது மூழ்கிட்டானோ தெரியல என்ன மச்சி"
நவின் : "மீன்புடிக்க போனதா கொஞ்ச பேர் பேசிட்டிருந்தாங்க"

கமல் : "நியூஸ்ல சொல்லுவாங்கதான பாக்கலாம் என்னனு, போவோமாடா இல்ல லேட் ஆகி போகலாமா"

தினேஷ் : "என்ன அவசரம் லேட் ஆகியே போவோம், நல்ல வேல இந்த டெட்பாடி இந்த பக்கம் ஒதுங்கிட்டு அந்த பக்கம் ஒதுங்கி இருக்க எல்லாரும் வீட்ட போய் இருப்பாங்க"

நவின் : "ம்ம்..! அப்படி நடந்திருந்தா மியூசிக்கல் சோ நடந்தமாதிரிதான்"
எல்லோரும் நன்றாக சுற்றி திரிந்து விட்டு சாப்பிட்டு விட்டு வீடு செல்ல ஆயத்தமானார்கள்.

நவின் : "மச்சி ரொம்ப லேட் ஆகிட்டுடா போவோம்"
தினேஷ் : "ஆமாடா 12 மணி ஆக போகுது"
கமல் : "ம்ம்..! போவோம்டா"
எல்லோரும் ஒன்றாக மோட்டார் சைக்களில் பேசியப்படி சென்று கொண்டிருந்தனர்.
சிறிது தூரம் சென்றதும்,

திடிரென பலமான காற்று வீச ஆரம்பித்தது.

வானமும் இருண்டு மின்னலும் கடுமையாக இருக்க இடியும் இடித்தது.

பௌர்ணமி இரவான அன்று அமாவாசை இரவாக இருள் சூழ்ந்துக் கொண்டது.

வினோத் : "மச்சி..! மழ வார மாதிரி இருக்கு சீக்கிரமா போகலாம்டா"
மைக்கல் : "ஆமாடா..! ரொம்ப இருட்டா இருக்கு, முன்னாடி என்ன வருதுனு கூட தெரியல"

நவின் : "டேய்...! போவோம்டா மழ வந்தா போற வழில எங்கயாவது ஒதுகிக்கலாம்"
சில நொடியில் அங்கிருந்து மெதுவா சென்று கொண்டிருந்தனர்.

தினேஷ் : "மச்சி..! எங்கடா போறோம் இந்த இருட்டுல ரூட் மாறின மாதிரி தோனுது இது நாங்க போற ரூட் இல்லடா"
கமல் : "பைக்ல இன்டக்கினு பாத்து வெளிச்சமும் கம்மியாதான் இருக்கு"
நவின் : "வினோத் எனக்கும் அப்படிதான் தோனுது ரூட் மாறின மாதிரி"

எல்லோரும் மோட்டார் சைக்கிளை நிறுத்திவிட்டு நின்று பார்த்துக் கொண்டிருந்தனர்.

மைக்கல் : "என்னடா இது ரெண்டு பக்கமும் காடாதான் இருக்கு ஒன்னும் விளங்கல"
நவின் : "இந்த ஏரியாவுல எப்படிடா காடு இருக்கும் பீச்ல இருந்து ரொம்ப தூரமும் நாங்க வரல பின்ன எப்படி"

கமல் : "மச்சி மழ துளி விழுது இப்படியே நின்னா சரி வராது ரூட் போற பக்கம் போவோம் யாரையாவது பார்த்தா கேட்டு பாக்கலாம்" என்று சொல்லி விட்டு கிளம்பினர்.

பலத்த காற்றும் காட்டிலுள்ள மரங்களின் ஓசையும் எல்லோரையும் பயமுறுத்தியது.

நவின் : "என்ன மச்சி..! சரியான சத்தமா இருக்கு பக்கு பக்குனு அடிக்குது மச்சா"

மைக்கல் : "ஆமாடா..!"
வினோத் : "டேய்..! நீங்க வேற..! வாய மூடிக்கிட்டு எங்கயும் பாக்கமா நேர பாத்து வாங்கடா"

திடிரென மழை வேகமாக பெய்ய ஆரம்பித்தது.

வேகமாக மோட்டார் சைக்கிளை ஓட்டிச் சென்றனர்.

நவின் : "மச்சி..! அங்க பாருங்கடா வீடு ஒன்னு தெரியுது"
கமல் : "ஆமாடா பெரிய வீடு ஒன்னுதான்"
மைக்கல் : "வாங்கடா அங்க போய் கொஞ்ச நேரம் நிக்கலாம்"

வினோத் : "ஆமாடா வா போய் நிப்போம் மழ விடும் வரைக்கு" என்று சொல்லி அந்த வீட்டையும் வந்தடைந்தனர்.

தினேஷ் : "என்ன மச்சா இது யாருமே இல்லாத இடத்துல போய் வீட கட்டிருக்காங்க"
கமல் : "ரொம்ப முக்கியம் ஒதுங்க ஒரு இடம் கெடச்சதே பெரிய விசயம், இப்ப ஒனக்கு வரலாறு முக்கியமா மூடிட்டு நில்லு"

நவின் : "சரி மச்சி விடு..! யாரு சரி கட்டி வச்சியிருப்பாங்க யாருமே இந்த இடத்தல வீடு கட்டாம இருந்ததால அப்படியே விட்டுட்டு பொய்ட்டாங்களோ என்னவோ"
தினேஷ், மைக்கல் : "ம்ம்..! இருக்கலாம்"

திடிரென மழை ஓய்தது.

மீண்டும் மோட்டார் சைக்கிளை எடுத்துக் கொண்டு புறப்பட்டனர்.

சிறுது தூரம் சென்றதும் வானம் தெளிவாகி காற்று மின்னல் இடி எல்லாம் ஓய்ந்து நிலவொளி பிரகாசமாக பூமியை சூழ்ந்தது.

நவின் : "மச்சி..! என்னடா இந்த இடத்துல நிக்கிறோ"
தினேஷ் : "ஆமாடா என்னடா இது"
மைக்கல் : "இங்க நிக்கும் போதுதானடா வானம் இருண்டு மின்னல் வெட்டிச்சிது"

வினோத் : "ஒரு வேல முன்னாடி உள்ள ரோட்ல ஏதும் மாறி போயிருக்கோம் போல அதுதான் சுத்திட்டு வந்து இருக்கோம்"
கமல் : "ம்ம்..! இருக்கலாம்" பேசியப்படியே வீட்டை சென்றடைந்தனர்"

மறுநாள் வழமைப்போல காலையில் காலேஜ் சென்றனர்.
மைக்கல் : "வா..! மச்சி நல்லா தூங்கின மாதிரி வெளங்குது"

நவின் : "ஆமாடா செம டயர்ட் யாரோ அடிச்ச மாதிரி வலி அதான் நல்லா தூங்கினன்"
வினோத் : "நேத்து நைட் மழயில நனஞ்சது காத்து வேற அதுதான் வலி"

நவின் : "ம்ம்..! அதுதான் வலி போல உங்களுக்கு வலி இல்லயாடா"
வினோத் : "இருக்குதான் நீ வர முன்னாடி நாங்க பேசிக்கிட்டோம் இப்ப நீயும் வலினு சொல்லிட்ட அவ்வளோதான்"

மைக்கல் : "நவின்..! அம்மா, அப்பா எதுவும் சொல்லயில்லயா லேட் ஆனதுக்கும் மழயில நனஞ்சதுக்கும்"
நவின் : "சொன்னன் ரூட் மாறி போனத செமயா திட்டு விழுந்திச்சி"
தினேஷ் : "எங்களுக்கும் எங்க வீட்ட செம திட்டு மச்சி"

கமல் : "நீதான் ரோசகாரனாச்சே போய் தூங்கியிருப்பியே"
நவின் : "பின்ன..! போய் சாப்பிட்டுட்டு தூங்கிட்டன்..! ஏன்னா நமக்கு சோறு முக்கியம்டா"
எல்லோரும் கோரசாக "தூ.." என்றனர்.

நவின் : "சரி..! சரி..! வாங்கடா கிளாஸுக்கு போவோம்" என்று சமாளித்தப்படி கிளாஸுக்கு சென்றான் நண்பர்களோடு.

கமல் : "மச்சி..! உன்னட ஆள்டா"
நவின் : "டேய்..! சும்மா இருடா நானே சோகத்துல இருக்கன் இதுல நகைச்சுவை வேற, எனக்கு எதுவும் வருத்தமில்ல மச்சி போயும் போயும் குட்டி கொரங்குக்கு குல்லா போட்ட மாதிரி இருக்கான் அவன போய் லவ் பண்றாடா அதுதான் கடுப்பா இருக்கு"
மைக்கல் : "விடு மச்சி..! கூர மேல சோறு போட்டா ஆயிரம் காக்கா"

நவின் : "அதுவும் சரிதான்..! அத விடு மச்சி..! காலேஜ் முடிஞ்சி பீச்சிக்கு போவோம் ஓகேயா"
வினோத் : "ஏன்டா பீச்சிக்கு"
நவின் : "இல்ல மச்சி..! நேத்து நைட் போன ரோட்ட பாக்கனும் அவ்வளோ பெரிய காடு இருக்கானு எனக்கு டவுட் மச்சி"

தினேஷ் : "ஆமாடா..! நவின் சொல்றது கரெக்ட்டு அதேதான் நானும் யோசிச்சன் பல முற நான் போய் இருக்கன் அப்படி ஒரு காடு இருந்ததா தெரியலடா"
கமல் : "ஆமாடா..! போய் பாத்துறலாம்"

காலேஜ் முடிந்து எல்லோரும் மோட்டார் சைக்களில் கடற்கரை நோக்கிச் சென்றனர்.
மைக்கல் : "மச்சி, இந்த இடந்தான்டா நிறுத்துங்கடா"
வினோத் : "ஆமாடா, இதுதான் இங்க வச்சிதான் மழ வார மாதிரி இருட்டிச்சி"

நவின் : "மச்சி, பாருங்கடா முன்னாடி பின்னாடி ஏதும் புதுசா ரூட் இருக்கானு எல்லாம் நாங்க போர ரூட்தான் இருக்கு"

தினேஷ் : "மச்சி, அங்க பாரு ரூட் ஒன்னு இருக்கு ரைட் சைட்ல, எல்லாரும் வழமையா போற ரூட்தான்டா அது"
கமல் : "மச்சி, ஒரு வேல அந்த வழியால போயிருக்க சான்ஸ் இருக்கு வாங்கடா போவோம்"
நவின் : "ஆமாடா இந்த வழியாலதான் போயிருக்க முடியும் வேற ரூட் இல்லயே, ம்ம்..! போவோம்"
எல்லோரும் மோட்டார் சைக்களில் பேசிக்கொண்டே சென்று கொண்டிருந்தனர்.

சராசரியாக சிறித தூரமும் சென்று விட்டனர். மோட்டார் சைக்கிளை நிறுத்திவிட்டு,

நவின் : "என்னடா மச்சி, வீடுகளும் கடைகளுதான் இருக்கு அடிக்கடி நான் வாரதுடா இந்த பக்கம்"

வினோத் : "ஆமாடா..! சரி வா எதுக்கும் கொஞ்ச தூரம் போய் பாக்கலாம்"
கமல் : "அப்படியே அந்த பக்கம் போனா சுத்திட்டு பீச்சிக்கே திரும்ப போயிடலாமே"

மைக்கல் : "மச்சி நேத்து நைட் கன்பார்மா இந்த ரூட்லதான் வந்து இருக்கோ, பட் காடுதான் குழப்பமா இருக்கு"
தினேஷ் : "மச்சி வாங்கடா போவோம் போய் பார்ப்போம்"
கமல் சொன்ன மாதிரி கடற்கரை வீதி வந்தது.

கமல் : "மச்சி நேத்து வந்த ரூட்தான் இது"
நவின் : "ஆமாடா..! என்ன நடக்குது ரொம்ப குழப்பமா இருக்குடா"

நவின் : "மச்சி இப்பதான் எனக்கு ஒன்னு ஞாபகம் வருது சம்டைம் எனக்கு கனவு வரும்டா நைட் கண்ட மாதிரி வீடு ஒன்னு அடிக்கடி வாரதுடா"
வினோத் : "என்னடா சொல்ற"
நவின் : "ஆமா மச்சி"
கமல் : "மச்சி இந்த ஏரியால விசித்திரமா எதுவும் நடக்குதோ தெரியலயடா பெரியவங்கட்ட யாருட்டையும் விசாரிச்சி பார்த்தா என்னடா"

தினேஷ் : "ஆமாடா..! விசாரிச்சி பாக்குறதுதான் நல்லதுடா ஏன்னா நாங்க அடிக்கடி வந்து போற இடம் அதனாலதான்"
நவின் : "ஆமாடா விசாரிச்சி பாக்கலாம்"
பேசியப்படி வீதியில் யாரும் பெரியவர் வரும் வரை பார்த்துக் கொண்டிருந்தனர். வயதானவர்களுக்கே பழைய விசித்திர சம்பவங்கள் நடந்திருந்தால் தெரிந்திருக்க வாய்ப்புக்கள் அதிகம்.

திடிரென கடற்கரை அருகில் பலர் கூட்டமாக கூடி நின்றனர்.

இவர்கள் அதை அவதானித்துக் கொண்டிருந்தனர்.
நவின் : "என்னடா மச்சி அங்க என்னாச்சி ரொம்ப கூட்டமா இருக்கு வாங்கடா என்னனு பாக்கலாம்"
மைக்கல் : "மச்சி எங்க காலேஜ் பொண்ணுங்க இருக்கிற மாதிரி இருக்குது"
வினோத் : "ஆமாடா வா சீக்கிரம் போவோம்"

அருகில் சென்றனர் அனைவரும் கூடி நின்றனர்.

காலேஜ் மாணவிகள் அழுதுக் கொண்டிருந்தனர்.

உள்ளே சென்று பார்த்தனர். காலேஜ் மாணவி ஒருத்தி இறந்துக் கிடந்தாள்.

வினோத் : "டேய் மச்சி எங்கடா காலேஜ் பொண்ணுடா, வீட்டுக்கு போகாமா இங்க எதுக்கு வந்தாங்க" என்று சொல்லிவிட்டு மாணவி ஒருத்தியை அழைத்து விசாரித்தனர்.

மாணவி : (அழுதவாறு) "காலேஜ் முடிஞ்சு பீச் போகலாம்னு பிளேன் பண்ணிட்டு காலேஜ் முடிஞ்சி இங்க வந்தோம், எல்லோரும் கரையில இருந்துதான் விளையாடிட்டு இருந்தோம்.

பெரிய அலை ஒன்னு வேகமா அடிச்சிது நாங்க ஓடி வந்தோம் இவ கால் இடறி கீழே விழுந்துட்டா அப்படியே அலை உள்ள இழுத்துட்டு பொய்ட்டு நாங்களும் ரொம்ப நேரமா தேடினோம் கொஞ்ச நேரத்துல இங்க இறந்து

கிடக்கா நாங்க விளையாடினது அங்க" என்று சத்தமாக கதறி அழுதாள்.

மைக்கல் : "வீட்ட போகமா ஏன் இங்க வந்தீங்க இப்ப அவட அம்மா, அப்பாக்கு என்ன பதில் சொல்ல போறீங்க" பேசிக் கொண்டிருக்கையில் போலிசாரும் வந்து எல்லோரிடமும் விசாரித்துக் கொண்டிருந்தனர்.

விசாரித்ததில் விளையாடும் போது எதிர்ச்சியாக கடலில் மூழ்கியதாக முடிவுக்கு வந்தனர்.

சிறிது நேரத்தில் இறந்த மாணவியை ஆம்புலன்ஸ் வண்டியில் ஏற்றி விட்டு அவளின் நண்பிகளையும் கூட்டிச் சென்றனர்.

நவின் : "மச்சி முன்னாடி பாத்ரூம்ல சூசைட் பண்ணிக்கிட்டதும் இந்த கிளாஸ் பொண்ணுதானடா"
மைக்கல் : "ஆமாடா அதே கிளாஸ்தான்"

வினோத் : "ஒரே கிளாஸ்ல ரெண்டு பேர் எறந்து போய் இருக்காங்க இத எப்படிடா எடுத்துக் கொள்றது, அது தற்கொலனு கன்பார்ம் ஆயிடுச்சி, இது எதிர்ச்சியா நடந்திருக்கு ஒன்னுமே புரியலயே"

தினேஷ் : "மச்சி தற்செயலா எவ்வளவோ நடக்குது இது அது மாதிரிதான் இருக்கும் போலடா"
நவின் : "ஓகேடா இத தற்செயலா எடுத்துக்கலாம் பட் நேத்து நைட் நடந்தது"

கமல் : "மச்சி, என்னவோ தெரியலடா குழப்பமா இருக்கு இப்ப இங்க நாங்க மட்டும் நிக்கிறது நல்லது இல்ல,

நாளைக்கு டைம் இருந்தா ஏர்லியா வந்து விசாரிக்கலாம் இப்ப வாங்கடா போவோம்"

மைக்கல் : "ஆமாடா..! கமல் சொல்றதுதான் சரி நாளைக்கு விசாரிச்சிக்கலாம் இப்ப போவோம்"
நவின் : "ம்ம்..! போவோம்" எல்லோரும் பேசிக்கொண்டே மோட்டார் சைகக்களில் வீடு சென்றனர்.
மாலை நேரம் ஆனது,
நவின் நண்பர்களோடு கிரிகெட் விளையாடி விட்டு, வந்து குளித்து விட்டு டிவி பார்த்துக் கொண்டிருந்தான்.

அம்மா : "நவின் டீ தரவா?"
நவின் : "தாங்கம்மா"
நிசா : "அம்மா இத அவன்ட்ட கேக்கதான் வேணுமா டீ கழுவுன தண்ணில சக்கரைய போட்டுக் கொடுத்தாக்கூட குடிச்சிடுவான்"
நவின் : "உனக்கு ரொம்ப வாயி அதிகமாயிடிச்சி"

நிசா : "ஓ..! அப்படியா அப்ப வேணும்னா நீ அதுல கொஞ்சம் வாடகைக்கு எடுத்துக்கிறியா?"
அம்மா : "போதும் ரெண்டு பேரும் நிறுத்திறீங்களா?"
நிசா : "ஆமா நா ஜான் சீனா இவரு அன்டர் டேக்கர் சண்ட போட்டுட்டு இருக்கோ இவங்க லெப்ரி நிறுத்த சொல்றாங்க"
அம்மா : "உனக்கு..!" என்று அம்மா அடிக்க வந்தார். நிசா அந்த பக்கம் ஓடி விட்டாள்.

நவின் : "அப்பா எங்கம்மா?"
அம்மா : "இன்னும் வரல டவுனுக்கு போறனு போனாரு போன் பண்ணன் இப்ப வருவனு சொன்னாரு"

நவின் : "ம்ம்..! சரி..! அம்மா நான் கொஞ்சம் வெளிய பொய்ட்டு வாறன்"
அம்மா : "ம்..! கவனமா பொய்ட்டு சீக்கிரம் வா..!"
நவின் : "ம்ம்..! பொய்ட்டு வாரம்மா"
மோட்டார் சைக்கிளை எடுத்துக் கொண்டு நண்பர்களை சந்திக்கச் சென்றான்.

மைக்கல் : "வா..! மச்சி டீ குடிக்கிறீயா?"
நவின் : "இந்த டீய மனுசன் குடிப்பானா அவ போடுற டீய அவனே குடிக்கிறது இல்ல, நீங்க தான்டா இவன்ட டீக்கு வாய்த்த அடிமைகள்"

வினோத் : "அப்படி சொல்லாத மச்சி..! அண்ணாச்சி கட டீதான் தரமான டீ"
நவின் : "இப்படி நீங்க சொன்னாதான் ஏன்னா வேற எவனும் சொல்ல மாட்டானுங்க, என்ன அண்ணாச்சி கோவிச்சிக்கிட்டியா சும்மா ஜாலிக்கு சொன்னப்பா"

அண்ணாச்சி : "ஆமாடா பேசுறதெல்லாம் பேசிட்டு கடசில ஜாலினு சொல்றது வழமதான" என்று ஜாலியாக பேசிக் கொண்டிருந்தனர்.

கமல் : "மச்சி இப்ப டைம் எட்டு மணி அங்க போய் பாக்கலாமா"
தினேஷ் : "ஆமாடா இப்பதான் சரியான நேரம் போய் பாக்கலாம்"
நவின் : "ஆமா மச்சி வா போவோம்..!" சில நிமிடங்களில் அணைவரும் அந்த இடத்திற்குச் சென்றனர்.

வினோத் : "மச்சி பாருடா அப்படியேதான் இருக்கு வீடும் கடைகளும் தான் இருக்கு"

நவின் : "ஆமாடா..! அப்ப ஒரு வேல எங்களுக்கு கற்பனையா தோனியிருக்குமோ"
கமல் : "ஒரு ஆளுக்கு கற்பனையா தோனிச்சினா ஏத்துக்கலாம் ஒரே டைம்ல எப்படிடா எல்லாருக்கும்"
தினேஷ் : "அதுதானடா..! பாரு மச்சி ரோட் புள்ளா ஆட்கள் நடமாட்டமாதான் இருக்கு"
மைக்கல் : "மச்சி ஒரு வேல இருட்ல இருந்ததால நமக்கு எல்லாருக்கும் அப்படி தோனியிருக்குமோ?"
வினோத் : "இருக்கலாம் இருக்காமலும் இருக்கலாம் மச்சி..! ரெண்டு தடவ வந்தாச்சி ஒன்னுமே இல்ல சோ கற்பனையாதான் இருக்கும்"
மைக்கல் : "ஆமா மச்சி மனசுதான் காரணம் அப்போ அஞ்சு பேரும் ஒரே உணர்வோட இருந்து இருக்க வாய்ப்பு இருக்கு சோ அப்படி தோனி இருக்கலாம்"

நவின் : "இதோட இத விடுவோம் மச்சி வாங்கடா போவோம்"
கமல் : "ம்ம்..! போவோம்" திடிரென ஏதோ வீதியை கடந்தது போல் இருந்தது.
நவின் : "மச்சி என்னாட அது என்னவோ ரோட்டல க்குரோஸ் ஆன மாதிரி இருத்திச்சி"

வினோத் : "வௌவால் மச்சி இந்த மரத்துல இருந்து அந்த மரத்துக்கு பறந்துச்சிடா"
நவின் : "லைட்டா பக்குனு ஆயிடிச்சி"
தினேஷ் : "போவோம் மச்சி"
எல்லோரும் மீண்டும் வீடு நோக்கிச் சென்றனர்.

மறுநாள் வழமைப்போல காலேஜ் சென்றனர்.

போலிசாரும் வந்திருந்தனர் இறுதியில் தற்செயலாக நடந்த விபத்தினாலேயே கடலில் மூழ்கியதாக போலிசார் உறுதிப்படுத்தினர்.

வினோத் : "மச்சி..! அது தற்செயலாதான் நடந்திருக்குனு போலிஸ் ரிப்போட் சொல்லிடிச்சி"
நவின் : "ஆமாடா..! ஆனா அவட அம்மா, அப்பா பாவம்டா என்ன?"
மைக்கல் : "என்ன பண்றது மச்சி சில பொண்ணுங்களும் சரி பசங்களும் சரி பெத்த அம்மா, அப்பாவ மதிக்கிறதும் இல்ல அவங்கட பேச்சையும் கேக்குறது இல்ல அப்படி இருந்தா இப்படிதான் எதாவது நடக்கும்"
கமல் : "உண்மதான் மச்சி"
தினேஷ் : "எங்கடா அவ கூட போன அவட பிரன்ட்ஸ காணல?"
நவின் : "அதுதான் நேத்து போலிஸ் கூட்டிப்போனாங்க என்னாச்சோ தெரியல"
அவர்களின் கிளாஸ்மெட் ஒருத்தியிடம் கேட்டார்கள்

"நேத்து வீட்ட யாருட்டயும் சொல்லாம தன் இஷ்டத்துக்கு போய் இப்படி ஆயிடிச்சினு 5 நாளைக்கு சஸ்பன்ட் பண்ணிட்டாங்க" என்றாள்.

நவின் : "சஸ்பன்ட் பண்ணா போன உசுரு வந்துடுமா"
கமல் : "விடு மச்சி..! வாங்கடா கிளாஸ் போவோம்"
வகுப்பறையில் எல்லோரும் உட்கார்ந்தனர்.
நவின் தீபிகாவை பார்த்துக் கொண்டிருந்தான்.

தினேஷ் : "மச்சி அடுத்தவன் வீட்டு மாமரத்துல மாங்கா பறிச்சா பெரிய தப்பில்ல ஆனா நீ மா மரத்தேயே புடுங்க பாக்கிறீயேடா"

நவின் : "ஆ..! ஊனா தத்துவத்துக்கு மட்டும் கொரச்சல் இல்ல சும்மா பாத்தன்டா"
வினோத் : "என்ன மச்சி தத்துவம்னு எல்லாம் கேக்குது என்ன விசயம்"
தினேஷ் : "இல்ல மச்சி மறுபடியும் தீபிகாவ பாத்துட்டு இருக்கான்டா"

வினோத் : "நீ ஏன்டா அடுத்தவன்ட வயல வெள்ளாம பாக்க போற"
கமல் : "இவனுக்குதான் சொந்தமா வயலே இல்லயம்மா...! இல்லயே..! என்ன பண்ணு....வான்"
நவின் : "டேய்..! போதுன்டா தெரியாம பாத்துட்டன் போதுமா, இதுல சிவாஜிட மோடிலேசன் வேற"
பேசிக் கொண்டு சிரித்துக்கொண்டிருந்தனர். அதிபர் வகுப்பறைக்குள் வந்தார்.

அதிபர் : "ஹாய்..! ஸ்டுடன்ஸ்"
மாணவர்கள் : "ஹாய்..! சார்"
அதிபர் : "ஸ்டுடன்ஸ் காலேஜ் கமிட்டியால டிரிப் ஒன்னு போறத்துக்கு பிளேன் பண்ணியிருக்காங்க எங்க போகலாம்னு சொல்லுங்க"
வினோத் : "சார் லாஸ்ட் இயர் போன இடத்துக்கு போகலாமே சார் செம ஜாலியா இருக்கும்"

அதிபர் : "என்ன வினோத் போன இடத்துக்கே எதுக்கு, பட் ஜாலியாதான் இருந்துச்சி, ஓகே இப்படி பண்ணலாம் ஒரு நாள் அங்க ஸ்டே பண்ணிட்டு அடுத்த நாள் வேற எங்கையாவது போவோம் என்ன சொல்றிங்க ஸ்டுடன்ஸ..!"
மாணவர்கள் : "ஓகே..! சார்"

அதிபர் : "ஓகே..! இந்த வீக் லாஸ்ட்ல போக பிளேன் பண்ணியிருக்கோம் ரெடியா இருங்க, bye ஸ்டுடன்ஸ்"
மாணவர்கள் : "bye சார்"

😁பேய் வரல த்ரில்லா இல்லனு திட்டாதிங்கப்பா..! இப்பதான் ட்ரிப் போக போறாங்க இனிமே 👌👌😁
தினேஷ் : "மச்சி செம பிளேஸ்டா அது, செம ஜாலிதான்"
நவின் : "மச்சி அங்க சின்ன குளம் ஒன்னு இருக்குடா எனக்கு ரொம்ப பிடிச்சதே அதுதான்டா"
கமல் : "நாங்க கூட மீன் பிடிச்சமே அந்த குளமாடா"

மைக்கல் : "அது இல்ல மச்சி நாங்க மீன் பிடிச்ச குளத்துக்கு பக்கத்துல இருக்கு, இவன மீன் புடிக்க கூப்பிட வர ஏலாதுனு தீபிகாவ பார்த்து சீன் போட்டுகிட்டு நின்னானே அந்த குளம்தான்"

நவின் : "டேய் போதுன்டா, இப்ப என்னத்துக்கு அதயெல்லாம் ஞாபகபடுத்திக்கிட்டு இருக்கீங்க"
தினேஷ் : "விடு மச்சி, பாரு நவின் பீல் பன்றான்"

நவின் : "பீல் எதுவும் இல்ல, விட்டா போதுமே கலாய்க்கிறது அருவி மாதிரி கொட்டுமே"
பேசிக் கொண்டிருக்கையில் பின்னாடி இருந்து ஒருவன் நவினை அழைத்தான்.

நவின் : "சொல்லு வினித்"
வினித் : "நவின் நைட்டுக்கு எங்க வீட்ல டின்னர் பார்ட்டி ஒன்னு இருக்கு எல்லாரு வாங்க"

வினோத் : "எதுக்கு பார்ட்டி வினித்"

வினித் : "எங்க அண்ணனுக்கு கொழந்த பொறந்திருக்கு அதுக்குதான்"
வினோத் : "ஓகேடா வாரோம் எத்தன மணிக்கு?"
வினித் : "எட்டு மணிக்கு வாங்கடா ஓகேயா"
நவின் : "ம்ம்..! ஓகேடா" வகுப்பும் ஆரம்பமானது.

சில மணித்தியாலங்களில் காலேஜ் நேரம் முடியும் நேரமும் வந்தது.

காலேஜ் முடிந்து வீட்டிற்குச் சென்று கொண்டிருந்தனர்.
கமல் : "மச்சி எல்லாரு 7.30க்கு எங்க வீட்டுக்கு வந்துருங்க போகலாம்"
நவின் : "ஓகேடா, ஆனா இவ்வளோ நாளா ஒன்னாதான் படிக்கிறோம் வினித்ட வீடு தெரியாதுடா"
தினேஷ் : "எனக்கு தெரியும்டா பீச்சிக்கு பக்கத்துலதான் போன வாரம் கூட நமக்கு காடா விளங்கிச்சே அங்கதான் இருக்கு"

நவின் : "ஓ..! ஒகே..! ஒகே..! என்ன இருந்தாலும் அடிக்கடி அந்த பக்கம் போக வேண்டியதா தான் இருக்கு என்ன மச்சி"
மைக்கல் : "போகதானடா வேணும் நமக்கு சோறுதான முக்கியம்"
நவின் : "என் இனமடா நீ"

வினோத் : "நீங்க ரெண்டு பேரும் சரியான சோத்து மூட்டைங்கடா"
மைக்கல் : "நாங்க ரெண்டு பேரும் யாருட பேன்ஸ் தெரியுமா சாப்பாட்டு ராமன் பேன்ஸ்டா ஒனக்கு தெரியாட்டி யூ டியுப்ல போய் பாரு"

கமல் : "டேய் போதும் உங்க சோத்து பெருமய பேசுனது, டைமுக்கு சரியா வீட்ட வாங்கடா ஓகேயா" எல்லோரும் "சரி" என்று கூறிவிட்டு வீடுகளுக்குச் சென்றனர்.

நவின் குளித்துவிட்டு வர அம்மா சாப்பாடு வைத்தார்.

அணைவரும் ஒன்றாக சாப்பிட்டுக் கொண்டிருந்தனர்.

அம்மா : "என்னப்பா இன்டக்கி இவ்வளோ கொஞ்சமா சாப்பிட்டு இருக்க, என்னாச்சிப்பா எதாச்சும் ஜொரமா"

நிசா : "அய்யே..! ஜொரமெல்லாம் ஒன்னும் இருக்காது இன்டக்கி யாராவது சோத்துக்கு இன்வைட் பண்ணியிருப்பானுங்க அதுதான் தம்பி வயிற பிரியா விட்டு இருக்காரு போல"

அப்பா : "சும்மா இருடி ஒனக்கு இவனோட சண்ட பிடிக்கிறது கலாய்க்கிறதே வேலயா போய்ட்டு"

நிசா : "கலாய்க்கவா..! கலாய்க்கலாம் இல்ல அதுதான் உண்மையா இருக்கும் போல வேணும்னா கேழுங்க அவன்ட நம்ம அண்ணண பத்தி நமக்கு தெரியாதா என்ன"

அப்பா : "டேய் என்னடா உண்மையா எங்க சரி பார்ட்டி இருக்கா"

நவின் : "ஆமாப்பா நைட் டின்னர் பார்ட்டி ஒன்னு இருக்கு என்னட பிரண்ட் ஒருத்தன்ட அண்ணனுக்கு கொழந்த பொறந்து இருக்கு அதுக்கு பார்ட்டி"

அம்மா : "அடச்சே..! நானும் என்னவோ ஏதோனு பீல் பண்ணி எல்லாம் டயலோக் பேசிட்டன் போடா"

நிசா : "ஹா...! ஹா...! அசிங்கப்பட்டான் அண்ணன்காரன்"

நவின் : "ஹா..! ஹா..! அசிங்கப்படுறது எனக்கு என்ன புதுசா ஹா..! ஹா..! போடி"
நிசா : "டேய்..! ஏன்டா இப்படி ஒரு ரியாக்சன் அசிங்கப்பட்டத என்னவோ ஆஸ்கார் அவாட் வாங்கின மாதிரி சிரிச்சிட்டு போற, போடா வெக்கங்கெட்டவனே"
நவின் : "போடி..! போடி..!" என்று சொல்லியப்படி ஆடிக்கொண்டு வெளியே சென்றான்.

இரவு நேரம் ஆனது,
நவின் : "அம்மா..! நான் பார்ட்டிக்கு பொய்ட்டு வாரன்"
அம்மா : "கவனமா பொய்ட்டு சீக்கிரம் வா லேட் ஆகாம"
நவின் : "சரியம்மா bye"

7.30 மணிக்கு எல்லோரும் கமல் வீட்டை வந்தடைந்தனர்.

எல்லோரும் ஒன்றாக வினித் வீடு நோக்கிச் சென்று கொண்டிருந்தனர்.
மைக்கல் : "இன்டக்கி செமயா இருக்குடா நிலவ பாரு ரொம்ப வெளிச்சமா சூப்பரா இருக்கு"
நவின் : "இந்த நிலவு வெளிச்சத்துல ரோட்ல உள்ள மரங்கள பாக்க சூப்பரா இருக்கு"
பேசியப்படியே வினித் வீட்டை வந்தடைந்தனர்.

வினோத் : "இதுதான் வீடா, அன்டக்கி இவன்ட வீட்டுக்கு பக்கத்துல நின்னுதான் பேசிக்கிட்டு இருந்திருக்தோம்"
நவின் : "ஆமாடா"
வினித் வாசலுக்கு வந்தான்.

வினித் : "மச்சி வாங்கடா உள்ள, வாசல்ல நிக்கிறிங்க" என்று உள்ளே அழைத்துச் சென்றான்.

உள்ளே எல்லோரும் சாப்பிட்டு விட்டு பாட்டு, நடனம் என கொண்டாடி விட்டு வீடு செல்ல தயாரானார்கள்.

நவின் : "வினித் நாங்க போறோம் நேரம் ஆகிட்டு, அப்புறம் ரொம்ப தேங்ஸ் மச்சி இன்வைட் பண்ணத்துக்கு"
வினித் : "பிரன்ட்ஸுக்குள்ள எதுக்கு மச்சி தேங்ஸ் பொய்ட்டு வாங்கடா நாளைக்கு காலேஜ்ல மீட் பண்ணலாம்" எல்லோரும் சொல்லி விட்டு மோட்டார் சைக்கிளை எடுத்துக்கொண்டு வீதிக்கு வந்தனர்.

நவின் : "மச்சி அந்த பெரிய மரத்த பாரன் எவ்வளோ அழகா இருக்கு இந்த நிலவு வெளிச்சத்துல"
மைக்கல் : "ஆமாடா செமயா இருக்கு"
வினோத் : "ரொம்ப அடர்த்தியா வளர்ந்து இருக்கு மச்சி, பாரன் அதுல சின்ன சின்ன பூக்கள் செமயா இருக்கு"
தினேஷ் : "நைட்ல போட்டோ ஒன்னு எடுத்துப் பார்ப்போம் எப்படி இருக்குதுனு" என்று கூறி புகைப்படம் எடுத்தான்.

தினேஷ் : "அவ்வளோ கிளியர் இல்லடா பிளேஸ் அவ்வளோ தூரம் எப்படி படும், பகலைக்குதான் எடுக்கனும் எடுத்து எடிட் பண்ணா செமயா இருக்கும்"
நவின் : "மச்சி லேட் ஆகிட்டு வாங்கடா போவோம்" எல்லோரும் வீடு நோக்கி புறப்பட்டனர்.

அவர்கள் சென்று சில நொடிகளில் அந்த பெரிய மரத்தின் கீழ் ஓர் கறுப்பு உருவம் அவர்களை பார்த்துக் கொண்டிருந்தது.
சுற்றுலா செல்லும் நாளும் வந்தது.

சஸ்பென்ட் செய்யப்பட்ட மாணவிகளும் வந்தனர்.

ஆசிரியர்கள் மாணவர்கள் அணைவரும் ஒன்று கூடினர்.

அதிபர் : "ஹாய் ஸ்டுடன்ஸ் எப்படி இருக்கீங்க? ஓகே..! பேசி டைம் வேஸ்ட் பண்ண தேவையில்ல எல்லாரு ஏறுங்க போகலாம்" பஸ் பயணித்தது.

எல்லோரும் ஆடல், பாடல் என சந்தோசமாக இடத்தையும் வந்தடைந்தனர்.

எல்லோரும் பஸ்ஸிலிருந்து இறங்கினர்.

மைக்கல் : "மச்சி செம கிளைமெட்ல்ல செமயா இருக்கு"
வினோத் : "மச்சி அங்க பாரு மச்சி லாஸ்ட் இயர் வந்த நேரம் கிGராஸ் கம்மியாதான் இருந்துச்சி இப்ப நிறைய வளர்ந்திருக்கு மச்சி, செமயா இருக்கு வாங்கடா செல்பி ஒன்னு எடுத்துக்கலாம்" எல்லோரும் அங்கே சென்று செல்பி எடுத்துக் கொண்டனர்.

அதிபர் இங்கே ஒரு நாள் தங்குவதற்காக ஏற்பாடுகள் செய்ய சொன்னார்.

உடனே எல்லோரும் சில மணித்தியாலங்களில் கூடாரங்களை அமைத்துக் கொண்டனர்.

சிறிது நேரத்தில் எல்லோரும் சாப்பிட்டு விட்டு சுற்றிப்பார்க்க செல்ல தயாரானார்கள்.
வினோத் : "மச்சி நிறைய மீன் புடிக்கிறோ கொண்டு வந்து BBQ போடுறோ ஓகேயா..!"
கமல் : "ஆமா மச்சி போடுறோ"

ஐந்து பேரும் பேசிக் கொண்டு நடந்து சென்று கொண்டிருந்தனர்.

தீபிகாவும் நண்பிகளும் குளத்தின் அருகே விளையாடிக் கொண்டிருந்தனர்.

நவின் தீபிகாவை பார்த்தப்படி நடந்து கொண்டிருந்தான்.
தினேஷ் : "பாத்தியா மச்சி போன வருஷமும் இததான் பண்ணான் இந்த வருஷமும் இததான் பண்ணுறான்"
கமல் : "இல்ல மச்சி இப்ப நடக்குறதுக்கும் லாஸ்ட் இயர் நடந்ததுக்கும் வித்தியாசம் இருக்கே?"
மைக்கல், வினோத் : "என்ன மச்சி வித்தியாசம்"
கமல் : "லாஸ்ட் இயர் அவளுக்கு ஆள் இல்ல, இந்த இயர் ஆள் இருக்குது" என்று சிரித்துக் கொண்டிருந்தனர்.

நவின் : "டேய் நீங்க வேற சும்மா இருங்கடா நானே கவலையில இருக்கன், எல்லாத்தையும் மறந்துதான் இருந்தன் இங்க வந்ததும் ஞாபகம் வந்துட்டு ஒரு மாதிரியா இருக்கு"

வினோத் : "சாரி மச்சி கவலப்படாத, டேய் நவின சந்தோசப்படுத்திடலாமா"
தினேஷ் : "படுத்திடலாமே..!"
நவின் : "டேய் வாய மூடிட்டு வாங்கடா"

நவின் நண்பர்களுக்கு தெரியாத வண்ணம் குளத்தை நோக்கினான்.

தீபிகாவை காணவில்லை அவளின் நண்பிகள் மட்டும் விளையாடிக் கொண்டிருந்தனர்.

"எங்க போனா இவ" என்று மனதுக்குள் நினைத்துக் கொண்டு "எங்க போனா உனக்கென்ன மூடிட்டு நட" என்றும் நினைத்துக் கொண்டான்.

திடிரென பின்னாடி இருந்து யாரோ நவினை தட்டி அழைத்தனர்.

சட்டென்று திரும்பி பார்த்தான் தீபிகா நின்று கொண்டிருந்தாள்.

நவின் ஒன்றும் புரியாமல் குழம்பி நின்றான். உடனே தீபிகா கையில் இருந்த கவர் ஒன்றை கொடுத்தாள்.

தீபிகா : "பிரிச்சி பாருங்க நவின்"
நவின் : (மனதுக்குள்) "வெடிங் கார்ட் மாதிரி இருக்குது" உடனே நவின் அதை பிரித்து பார்த்தான்.

உள்ளே அழகான அட்டை ஒன்றில் ஐ லவ் யூ என்று எழுதப்பட்டிருந்தது.

நவின் எதுவும் சொல்ல முடியாமல் குழப்பத்தில் நின்று கொண்டிருந்தான்.

தீபிகா : "நீங்க லவ் பண்றத உங்க பிரன்ட்ஸ் எப்பயோ என்னட்ட சொல்லிட்டாங்க"
வினோத் : "தீபிகா.! இனி நான் சொல்றன், மச்சி நாங்க எப்பயோ சொல்லிட்டோம், தீபிகாவுக்கும் ரொம்ப விருப்பம் நாங்கதான் சொல்ல வேணானு சொன்னோம், நீ பீச்சுக்கு போய் லவ் சொல்ல போறனு சொன்ன உடனேயே தீபிகாவுக்கு மெஸேஜ் பண்ணிட்டன்.

அப்புறம் தான் தீபிகாட பிரண்ட் ஒருத்திட அண்ணன கூட்டி வந்து லவ்வர்னு உன்னட்ட காட்டினது, இன்னு கொஞ்ச நாளைக்கு விளையாடலாம்னு பாத்தோம் நீ வேற பீல் பண்ண. இதுவும் நல்ல இடம் நல்ல நேரம்தான அதுதான் தீபிகாவுக்கு மெஸேஜ் பண்ணன், இப்ப சந்தோசம் ஆகிட்டதான மச்சி" என்று சிரித்தனர் எல்லோரும்.

நவின் : "டேய் ஏன்டா இப்படி பண்ணீங்க"
மைக்கல் : "எல்லாம் சப்ரைஸ்தான்"
நவின் அமைதியாக நின்றான். எதுவும் தீபிகாவுடன் பேச முடியாமல்.

தீபிகா : "நவின் என்ன?"
நவின் : "ஒன்னுமில்லங்க"
தீபிகா : "என் மேல கோவமா"
நவின் : "சே..! சே..! அப்படியெல்லாம் எதுவுமில்ல"
தீபிகா : "அப்ப எதுக்கு பேசாம இருக்கிங்க"
நவின் : "இல்ல திடீருனு பேச சொன்னா எப்படி அதுதான் பதட்டமா இருக்கு"
கமல் : "எது பதட்டமா? சரி வாங்க எல்லோரு சுத்தி பாப்போம் அப்படியே பேசி பேசி வாங்க பதட்டம் இருக்காது. அப்புறமா மீன் புடிக்கலாம்"

எல்லோரும் பேசிப் பேசி நடந்துக் கொண்டிருந்தனர்.

திடிரென நவின் ஒருவனின் மேல் மோதி விட்டான்.
நவின் : "சாரி..! சார் தெரியாம மோதிட்டன்"
"பரவாயில்ல ப்ரோ இட்ஸ் ஓகே..! காலேஜால டிரிப் வந்திங்கலா எல்லாரையும் பாத்தா அப்படிதான் தெரியுது" என்றான்.

நவின் : "ஆமா சார்..!" என்று கூறி அணைவரையும் அறிமுகம் செய்தான்.

"என்னட பெயர் ராஜேஷ் ராஜ்னு கூப்பிடுவாங்க இது என்னட வைப் திவ்யா இன்னக்கிதான் சின்னதா ஒரு பிக்னிக் போகலாம்னு வந்தோம் ஓகே ப்ரோ ஜாலியா என்ஜோய் பண்ணுங்க bye" (ராசாவே உன்ன நம்பி கதையில் வரும் கதாபாத்திரங்கள்)

"ஓகே சார் bye" என்று எல்லோரும் கூறிவிட்டு நவினும் தீபிகாவும் குளத்தின் அருகில் நின்று பேசிக் கொண்டிருக்க, மற்றவர்கள் அடுத்த குளத்தில் மீன் பிடித்துக் கொண்டிருந்தனர்.

நவின் : "ஏன் இப்படி பண்ணீங்க"
தீபிகா : "சும்மா ஜாலிக்குதான் பிரண்ட்ஸ் சொன்னாங்க நானும் ஓகே சொல்லிட்டன்"

நவின் : "நான் எவ்வளோ பீல் பண்ணன் தெரியுமா ரொம்ப கஸ்டமா இருந்திச்சி நீங்க அவன லவ் பண்றனு சொல்லவும்"
தீபிகா : "பின்ன லவ் பண்ணா வந்து நேரடியா சொல்ல வேண்டியதான அதுல என்ன தயக்கம்"
நவின் : "சொல்லியிருப்பன் ஒரு வேல நீங்க பிடிக்கலனு சொல்லிட்டா அத தாங்கி கொள்ள ஏலாது அதுதான் சொல்லல"
தீபிகா : "அதுக்கு இப்படியே இருந்துருவிங்களா பிரண்ட்ஸ் என்னட்ட சொல்லி இருக்காம இருந்தா"

நவின் : "ஆமாங்க உங்கள பாத்துட்டு இருக்கிற சந்தோசமே போதும்னு இருந்திருப்பன், அது சரி நீங்க என்னட்ட சொல்லியிருக்கலாம் தானா?"

தீபிகா : "அது எப்படிங்க ஒரு பொண்ணு வந்து நேரடியா சொல்ல முடியும்"

நவின் : "அய்யோ..! இந்த டயலோக்க இன்னும் எத்தன வருஷத்துக்குதான் இந்த பொண்ணுங்க சொல்ல போறாங்களோ தெரியலயே"
தீபிகா : "எனக்கு அப்போ லவ் இருக்கல உங்கள பத்தி பிரண்ட்ஸ் சொன்னதும் உடனே புடிச்சிட்டுது சோ ஓகேனு சொல்லிட்டன்" இருவரும் சந்தோசமாக பேசிக் கொண்டிருந்தனர்.

அங்கு அவர்கள் மீன் பிடித்தவாறு,

மைக்கல் : "பாத்தியா மச்சி லாஸ்ட் இயர் தனிய நின்னு தூரத்துல தீபிகாவ பாத்துட்டு இருந்தான் இப்ப பாத்தியா பக்கத்துல நின்னு சிரிச்சி சிரிச்சி பேசிட்டு இருக்கான், ம்ம் நடக்கட்டும் நடக்கட்டும்" பேசிக் கொண்டு எல்லோரும் மீன் பிடித்துக் கொண்டிருந்தனர்.

நவினும் தீபிகாவும் பேசிக் கொண்டிருப்பதை குளத்தின் அருகே இருக்கும் மரத்தின் கீழிருந்து ஓர் உருவம் அவர்களை பார்த்துக் கொண்டிருந்தது.
இரவு நேரமானது எல்லோரும் பிடித்த மீன்களை சுட்டு சாப்பிட்ட பின்னர் அவரவர் கூடாரங்களுக்குச் சென்றனர்.

தீபிகாவும் அவளது நண்பிகளும் ஒரு கூடாரத்திலும் மற்ற மாணவிகள் அடுத்த கூடாரத்திலும் பேசிக் கொண்டும் விளையாடிக் கொண்டும் இருந்தனர்.

அதிலிருந்து ஒரு மாணவி "இருங்கடி பாத்ரூம் பொய்ட்டு வாரன்" என்று சொல்லி விட்டு வெளியே சென்றாள்.

பாத்ரூம் சென்று விட்டு வெளியே வந்தாள்.

அந்த குளத்தில் ஏதோ மிதப்பதைக் கண்டாள் "என்ன அது யாராவது எதையாவது மிஸ் பண்ணிடாங்களோ, சரி எடுத்து யாருடனு கேட்டு கொடுப்போம்" என்று மனதுக்குள் நினைத்துக் கொண்டு குளத்தின் அருகே சென்றாள்.

அங்கே ஒரு பொம்மை மிதந்துக் கொண்டிருந்தது.

அது அப்படியே காற்றில் அசைந்து கரையொதுங்கியது.

அதை எடுத்து பார்த்தில் அதிர்ச்சியில் மூழ்கினாள்.

"இது..! அவ..! அவ..!" என்று முணங்கினாள். சட்டென்று பின்னால் திரும்பினாள்.

அவளுக்கு பின்னால் அந்த கறுப்பு உருவம் நின்று கொண்டிருந்தது.

உடனே அவளை நீருக்குள் இழுத்துச் சென்று அவளோடு மூழ்கியது அந்த உருவம். அவளோடு சேர்ந்து அந்த பொம்மையும் குளத்தினுல் மூழ்கியது.

"எங்கடி போனா அவ ரொம்ப நேரம் ஆகிட்டு இன்னும் காணல, எங்க போனா" அவளின் நண்பி ஒருத்தி கூறினாள்.

எல்லோரும் வெளியே வந்து தேட ஆரம்பித்தனர்.

எங்கு தேடியும் கிடைக்கவில்லை.

மற்றவர்களிடமும் போய் சொன்னார்கள். ஆசிரியர்களும் சேர்ந்து தேட ஆரம்பித்தார்கள்.

தேடி எந்த பலனும் கிடைக்கவில்லை.

அதிபர் : "எங்க போறன்னு சொல்லிட்டு போனா"
நண்பி ஒருத்தி : "பாத்ரூம் போறனு சொல்லிட்டு போனா சார் வேற எதுவும் சொல்ல இல்ல"
அதிபர் குழப்பத்தில் நின்று கொண்டிருந்தார்.

நவின் : "டேய் எல்லாரு இங்க நிக்கிறோ தீபிகா எங்கடா"
மைக்கல் : "இங்கதானடா இருப்பா எங்க போனா"
தீபிகாவின் நண்பிகளிடம் கேட்டனர்.

"கூடேவேதான் இருந்தா எங்க போனானு தெரியலயே"

அந்த குளத்தின் அருகிலுள்ள மரத்தின் பின்னாலிருந்து தலைவிரி கோலமாக கொடூரமான பார்வையோடு நடந்து வந்தாள்.

தினேஷ் : "மச்சி..! அங்க இருக்காடா"
தீபிகா இவர்களை நோக்கி நடந்து வந்துக் கொண்டிருந்தாள்.

அருகே வந்ததும்,
நவின் : "தீபிகா தனிய எங்க போனீங்க" என்று கேட்டதும் எப்போதும் போன்று பேச ஆரம்பித்தாள்.

தீபிகா : "அவளதான் தேடி போனன் ஒரு வேல அங்க இருப்பாளோனு பட் இல்ல"

நவின் : "அதுக்கு தனியவா போறது யாரையாவதூ கூட்டிப் போகலாம்தான"
தீபிகா : "சரி..! சரி..! கோவிச்சிக்காதப்பா இனி தனிய போகல ஓகேயா"
நவின் : "ம்ம்ம்..!"

மீண்டும் எங்கும் தேடிப்பார்த்தும் கிடைக்கவில்லை.

அதிபர் : "இப்ப என்ன பண்றது இந்த நடுராத்திரில எங்க போய் தேடுறது"
யாருக்கும் உறக்கமுமில்லை கூடாரத்திலிருந்து பேசிக் கொண்டிருந்தனர்.

பொழுதும் விடிந்தது,

மீண்டும் தேட ஆரம்பித்தனர்.

கமல் : "மச்சி அந்த குளத்த பாரு ஏதோ மெதக்குற மாதிரி இருக்குது வாங்கடா பாக்கலாம்" அருகில் சென்று பார்த்ததில் அதிர்ச்சியில் உறைந்தனர்.

அந்த மாணவி இறந்து மிதந்துக் கொண்டிருந்தாள்.
மைக்கல் : "சார்..! இங்க வாங்க சார்..!"

எல்லோரும் குளத்திற்கு அருகில் ஓடி வந்து பார்த்ததில் அதிர்ச்சியில் மூழ்க அவளின் நண்பிகள் அழுதுக் கொண்டிருந்தனர்.

உடனே அங்கு உள்ளவர்கள் போலிசாருக்கு தகவல் வழங்கினர் போலிசாரும் உடனே இடத்திற்கு வந்தனர்.

எல்லோரிடம் விசாரித்து விட்டு பிணத்தை பிரேத பரிசோதனைக்கு அனுப்பி வைத்தனர்.

போலிஸ் அதிகாரி : "விசாரனை முடியும் வரைக்கு யாரும் இங்க இருந்து போக முடியாது அடிக்கடி நாங்க வருவோ சோ எல்லாரு இருக்கனும் ஓகே..!"

அதிபர் : "சார் எத்தன நாளாகும் சார்"
போ.அதிகாரி : "3 or 4 days ஆகும் இவள்ட பேரண்ட்ஸுக்கு இன்போர்ம் பண்ணிடுங்க" என்று சொல்லி விட்டு சென்றார்.

எல்லோரும் கவலையில் உட்கார்ந்துக் கொண்டிருந்தனர்.

அதிபர் : "ஏன் தனிய விட்டிங்க அதுவும் ராத்திரி நேரம் யாராவது கூட போகலாம்னு யாருக்கு தோனலயா, இப்ப அவள்ட பேரண்ட்ஸுக்கு என்ன சொல்றது" ஒருவராலும் பதிலலிக்க முடியவில்லை அமைதியாக இருந்தனர்.

விசாரணை முடியும் வரைக்கும் பெற்றோரிடம் சொல்லக் கூடாது என முடிவெடுத்தனர்.

"அவள்ட போனுக்கு அம்மா அப்பா போன் பண்ணினா யாராவது அவ மாதிரி பேசி சமாளிங்க விசாரண முடிஞ்ச அப்புறம் பாத்துக்கலாம்" என்ற அதிபர் கூறினார்.

"இனி யாரும் தனிய வெளிய போறது இல்ல பகலானாலும் சரி ராத்திரியானாலும் சரி" என்று அதிபர் கூறினார்.

இரவானது,
கூடாரத்திலிருந்து நவினும் நண்பர்களும் பேசிக் கொண்டிருந்தனர்.

நவின் : "மச்சி எனக்கு ஒரே டவுட்டா இருக்கு மச்சி"
மைக்கல் : "என்ன டவுட் மச்சி"
நவின் : "அது எப்படிடா ஒரே கிளாஸ்ல மூணு பொண்ணுங்க எறந்து போயிருக்காங்க"

வினோத் : "அதுதான் மச்சி ஏதோ விசித்திரமா நடக்குற மாதிரி தோணுது மச்சி"

திடிரென தலைவிரி கோலமாக ஒரு உருவம் கூடாரத்தை தாண்டியதுப்போல் நிழல் தெரிந்தது.

கமல் : "மச்சி யாருடா அது யாரோ இந்த பக்கம் போன மாதிரி இருந்துச்சி"
தினேஷ் : "யாரு சரி பாத்ரூம்க்கு போயிருப்பாங்கடா"
நவின் : "தனிய போக வேணான்னு தான சொல்லி இருக்கு அதயும் மீறி போனா..! வா மச்சி யாருனு பாப்போம்"

வெளியே வந்து பார்த்தனர் யாரும் இருக்கவில்லை.

அந்த குளத்தின் அருகில் உள்ள மரத்தின் கீழ் ஒரு பெண் தலைவிரி கோலமாக நின்று கொண்டிருந்தாள்.

நவின் : "யாருடா அது இந்த நேரத்துல அங்க போய் நின்னுட்டு இருக்கா?"
தினேஷ் : "பாவம் எறந்து போன பொண்ணுட பிரண்ட் போல பீல் பண்ணிட்டு நிக்கிற மாதிரி இருக்கு"
நவின் : "அதுக்கு இப்படி வந்து தனிய நிக்கிறதா வாங்கடா போய் பாப்போம்" என்ற சொல்லி அந்த பெண்ணை நோக்கி நடந்தனர்.
நவின் : "டேய்..! தீபிகா மாதிரி இருக்குது"

வினோத் : "ஆமாடா தீபிகாதான்"
நவின் : "தீபிகா..! தீபிகா..!" என்று அழைத்தான் அவள் திரும்பவில்லை.

இன்னும் அருகில் சென்று,
நவின் : "தீபிகா..!" சட்டென்று திரும்பினாள்.
தீபிகா : "நவின்..! என்ன பண்றீங்க இங்க"
நவின் : "அத நான்தான் கேக்கனும், தனிய நீங்க என்ன பண்றீங்க இங்க"

மைக்கல் : "தனிய வர வேணானு தான சொன்னது"
தீபிகா : "இல்ல.! என்னட செயின் மிஸ் ஆகிட்டு ஒரு வேல இங்க விழுந்திருக்குமோனு பாக்க வந்தன்"
கமல் : "செயினா"
தீபிகா : "ஆமா கமல்"
நவின் : "சரி..! சரி..! காலையில தேடலாம் இப்ப வாங்க போவோம்"
தீபிகா அந்த மரத்தை பார்த்தபடி நடந்துச் செனறாள்.

அந்த பொம்மை மரத்தின் அடியில் கரையொதுங்கி கிடந்தது.

மறுநாள் அதிகாலை சூரியன் உதிக்கும் முன்பாக தீபிகா மற்ற மாணவிகள் இருக்கும் கூடாரத்துக்குச் சென்று இரண்டு
மாணவிகளை எழுப்பினாள்.

"ஹேய்..! தீபிகா என்ன இந்த நேரத்துல எழுப்புற என்னாச்சி"
தீபிகா : "எனக்கு ரொம்ப நாளா ஆச மல உச்சில இருந்து சூரியன் உதிக்கிறத பாக்க, அங்க இருக்குற மலையில

போய் பாத்தா செமயா இருக்கும் போய் செல்பியும் எடுத்துட்டு போட்டோ கொஞ்சம் எடுத்துட்டு வரலாம். என்னட ப்ரண்ட்ஸ கூப்பிட்ட யாரும் எழும்பல தனிய போக முடியாதே அதுதான் உங்கள கூப்பிட்டன் வாரீங்களா?"

இருவரும் : "ம்ம்ம்..! வாரோம் எங்களுக்கும் ரொம்ப நாளா ஆசதான் அப்படி பாக்க"
தீபிகா : "சீக்கிரம் கௌம்புங்க விடியபோகுது"

இருவரும் அவசரமாக ஆயத்தமாகி மூவரும் மலையை நோக்கி நடக்க ஆரம்பித்தனர்.

சில நிமிடங்களில் மலையை வந்தடைந்து மலை உச்சியையும் அடைந்தனர்.

சூரியனும் உதிக்க ஆரம்பித்தது.

மாணவி 1 : "வாவ்..! தீபிகா செமயா இருக்குது வாழ்க்கையில இன்டக்கிதான் இப்படி ஒரு காட்சிய பாக்குறன்"

மாணவி 2 : "ஆமாடி செமயா இருக்கு மத்தவங்கதான் இப்படி ஒரு சீன மிஸ் பண்ணீட்டாங்க, தீபிகா எங்கள ஒரு போட்டோ எடு இந்தா மொபைல்" தீபிகா இருவரையும் புகைப்படம் எடுத்தாள்.

அதன் பிறகு மூவரும் செல்பி எடுத்துக் கொண்டனர். சிறிது நேரத்தில்,

"தீபிகா..! போவோமா அங்க தேட போறாங்க"

தீபிகா : "ம்ம்..! போகலாம்" என்று நடக்க ஆரம்பித்தனர்.

திடிரென அவர்களின் பின்னாலிருந்து சத்தம் ஒன்று வந்தது.

இருவரும் சட்டென்று திரும்பினர்.

அங்கு அந்த பொம்மை கிடந்தது.

அதை பார்த்ததும் இருவரும் அதிர்ச்சியில் உறைந்தனர்.
மாணவி 1 : "இது....!" என்று சொல்ல வாய் திறந்தாள்.

திடிரென மீண்டும் பின்னால் ஏதோ சத்தம் கேட்டது சட்டென்று திரும்பினர்.

தீபிகாவை காணவில்லை.

இருவரும் : "தீபிகா..! தீபிகா..!" என்று அழைத்தனர். தீபிகாவை காணவில்லை.

திடிரென பொம்மையும் காணாமல் போனது. இருவரும் பயத்தில் நடு நடுங்கி அழ ஆரம்பித்தனர்.

இருவரும் இங்கிருந்து ஓடுவதற்கு தயாரானார்கள். அங்கே மரத்தின் பின்னாலிருந்து தீபிகா வெளியே வந்தாள்.

மாணவி 2 : "தீபிகா....! வா..! ஓடிடலாம் இங்க என்னவோ நடக்குது பயமா இருக்கு வா வேகமா" என்று அழைத்தனர்.

திடிரென காற்று வீச தீபிகாவின் தலைமுடி விரிந்து காற்றில் பறக்க அவளின் முகம் கொடூரமான கருமை நிறத்தோடும் சிவந்த கண்களில் கொடூர பார்வையோடும் நின்றாள்.

தீபிகாவின் தோற்றம் முற்றிலும் மாறுப்பட்ட தோற்றத்தில் காணப்பட்டாள்.

இருவரும் அவளை பார்த்து பயத்தில் நடுநடுங்கி அதிர்ச்சியும் அடைந்தனர்.

தீபிகா அவர்களின் அருகில் வந்து நின்றாள்.

மாணவி 1 : "நீ..! நீ..!"
மாணவி 2 : "கீக்..! கீ..! கீர்..!" என்று தடுமாற்றத்தோடு நடுங்கினர்.
தீபிகா : (சத்தமான குரலில்) "ஆமா..! ஆமா..! நான்தான் ஞாபகம் இருக்கா"

மாணவி 2 : "கீர்த்தனா..! ப்ளீஸ் கீர்த்தனா..! எங்கள விட்ரு"
தீபிகா : "ஹா..! ஞாபகம் வந்துரிச்சா ஏன் இப்படி பண்ணீங்க"
இருவரும் : "கீர்த்தனா ப்ளீஸ் கீர்த்தனா எங்கள விட்ரு ப்ளீஸ்"
தீபிகா : "உங்கள விடுறத்துக்கா அங்கயிருந்து இங்க கூட்டி வந்தன்" என்று கூறி சத்தமாக சிரித்தாள்.

இருவரும் தப்பிக்க முயன்றனர்.

அவர்களின் முன்னால் அந்த பொம்மை நின்று கொண்டிருந்தது. அதுவும் சத்தமாக சிரிக்க ஆரம்பித்தது.

தீபிகா இருவரையும் பிடித்து இழுத்து மலை உச்சியிலிருந்து கீழே வீசினாள். இருவரும் கீழுள்ள அடர்ந்த காட்டுக்குள் விழுந்து இறந்தனர்.

மலை உச்சியிலிருந்து கோபமாக கீழே பார்த்துக் கொண்டிருந்தாள் தீபிகா.

சிறிது நேரத்தில் மலையிலிருந்து கீழே இறங்கி கூடாரத்தை நோக்கி நடந்தாள். சில நிமிடங்களில் வந்தடைந்தாள்.

அங்கே அணைவரும் அப்பொழுதுதான் எழுந்தனர்.
நவின் : "தீபிகா ரொம்ப ஏர்லியா எந்திருச்சிட்டிங்க போல"
தீபிகா : "ஆமா நவின்..! இன்டக்கி ஏர்லியா எந்திருச்சிட்டன்"
தினேஷ் : "என்ன தீபிகா ரொம்ப ஏர்லியா எங்கயோ போன மாதிரி கண்டன் எங்க போனீங்க"
தீபிகா : "சும்மாதான் வாக்கிங் பொய்ட்டு வந்தன்"
மைக்கல் : "வாக்கிங் ம்ம்ம்...! குட்..! குட்...! இந்த காலத்துல ரொம்ப கட்டாயம் செய்ய வேண்டிய ஒன்னுதான் இல்லயா மச்சி"

திடிரென மற்ற கூடாரத்திலிருந்து ஏதோ சலசலப்பு இரண்டு மாணவிகளை காணவில்லை என்று மாணவிகளும் ஆசிரியர்களும் பதற்றத்தில் பேசிக் கொண்டிருந்தனர்.
நவின் : "என்னடா மச்சி அங்க என்ன ப்ரோப்லம்"
மைக்கல் : "தெரியலடா..! வா பாக்கலாம்" என்று எல்லோரும் அங்கே சென்றனர். தீபிகாவும் கூடவே சென்றாள்.

வினோத் : "சார்..! என்ன சார் ப்ரோப்லம்?"
ஆசிரியர் : "ரெண்டு பொண்ணுங்கல காணல எங்க போனாங்கனு தெரியல"

நவின்: "என்ன சார் சொல்றீங்க அவங்கட ப்ரண்ட்ஸ்ட்ட கேட்டு பாத்திங்களா" என்று கேட்டு விட்டு நவினும்

தினேஷும் அவர்களின் நண்பிகளிடமும் மற்ற மாணவிகளிடமும் விசாரித்துக் கொண்டிருந்தனர்.

அதில் ஒரு மாணவி
"காலையில ரொம்ப ஏர்லியா தீபிகாட வாய்ஸ் கொஞ்ச நேரமா கேட்டிச்சிது, அப்புறமா கேக்கல, நானும் சும்மா பேசிக்கிறாங்கனு முழிச்சி பாக்கல அப்படியே தூங்கிட்டன்"

நவின் : "என்ன..! தீபிகாட வாய்ஸ்ஆ"
அந்த மாணவி : "ஆமா நவின்"
நவினும் தினேஷும் தீபிகாவை பார்த்தனர்.

தீபிகா மாணவிகளுடன் எந்த பதற்றமும் இல்லாமல் நின்று கொண்டிருந்தாள்.

நவின் : "நீங்க யாருட்டயும் சொல்லிறாதீங்க நாங்க பாத்துக்குறோம்"

தினேஷ் நவினை தனியாக அழைத்து,
தினேஷ் : "மச்சி காலையில தீபிகாவோட அந்த ரெண்டு பேரும் போனத நான் பாத்தன் மச்சி, எல்லாரும் இருந்ததாலதான் நான் அவகிட்ட அதபத்தி கேக்கல"
நவின் : "என்னடா சொல்ற தீபிகாவோட போனாங்களா"
தினேஷ் : "ஆமா மச்சி"

நவின் நண்பர்களை அழைத்து கூடாரத்துக்குள் சென்றான்.

தினேஷ் : (ரகசியமாக) "மச்சி..! எல்லாருட்டயும் சொல்ல போறியா?"

நவின் : "ஆமா மச்சி..! இது ஏதோ என்னட மனசுக்கு தப்பா படுதுடா, ஏதோ மர்மமா என்னவோ நடக்குற மாதிரி தோணுது, என்னனு கண்டு பிடிக்கனும் மச்சி, வா பாக்கலாம்" எல்லோரும் கூடாரத்தில் ஒன்றாக அமர்ந்தனர்.

மைக்கல் : "என்ன மச்சி இங்க கூட்டி வந்தியிருக்க என்ன விஷயம், அங்க எல்லாரு அந்த பொண்ணுங்கள தேடிட்டு இருக்காங்க நாங்க மட்டும் இங்க இருக்குறது சரி இல்ல மச்சி"

நவின் : "மச்சி காலையில அந்த ரெண்டு பொண்ணுங்களும் தீபிகா கூடதான் போயிருக்காங்க"

கமல் : "என்ன மச்சி சொல்ற ஆனா காலையில தீபிகா மட்டும் தானடா வந்தா"

நவின் : "ஆமாடா அதுதான் ரொம்ப கொழப்பமா இருக்கு தீபிகாகிட்ட ஏதோ சேன்ஜ் தெரியுதுடா அன்னக்கி அந்த பொண்ணு கொளத்துல விழுந்து எறந்ததிலிருந்து அவகிட்ட ஏதோ மாற்றம் தெரியுதுடா, அன்னக்கிக்கூட கொளத்துக்கிட்ட நிக்கும் போது செயின தொலச்சிட்டன் தேடுறனு சொன்னா, ஆனா அவட கழுத்துல செயின் இருந்துச்சி மச்சி அப்ப எதுக்கு பொய் சொன்னானு ஒன்னுமே புரியலடா"

வினோத் : "ஆமா மச்சி எனக்கும் அப்படிதான் தோணுது அவக்கிட்ட ஏதோ மாற்றம் தெரியுதுடா அவ காலேஜ்ல இருந்த மாதிரி இல்லடா"

மைக்கல் : "மச்சி நீ சொல்றத பாத்தா அப்ப நடந்த சம்பவங்களுக்கு தீபிகாவுக்கு தொடர்பு இருக்காடா"

நவின் : "அப்படி சொல்லவும் முடியாது ஏன்னா அவ இங்க வந்த அப்புறம்தான் அவக்கிட்ட சேன்ஜ்சஸ் தெரியுது"

தினேஷ் : "இப்ப என்ன பண்றது மச்சி"

நவின் : "இங்கயிருந்து போக முன்னாடி எப்படியாச்சும் கண்டுபிடிக்கனும்டா என்னதான் நடக்குதுனு"

வினோத் : "ஆமாடா"
சிறிது நேரம் பேசிவிட்டு வெளியே சென்றனர்.

நவின் : "தினேஷ் எந்த பக்கம் போனாங்கனு தெரியுமாடா?"
தினேஷ் : "ஆமா மச்சி"
நவின் : "ம்ம்..! வாங்கடா அங்க போய் பாக்கலாம்"
தினேஷ் எல்லோரையும் அழைத்துச் சென்றான்.

யாருக்கும் தெரியாமல் மறைந்துச் சென்றனர்.

திடிரென அந்த மலை அடிவாரத்தின் கீழ் நின்றனர்.

நவின் : "என்னடா நின்னுட்ட"
தினேஷ் : "மச்சி இந்த பக்கம்தான் போனாங்க மல மேல ஏறினாங்களா இல்ல வேற எந்த பக்கம் போனாங்கனு சரியா தெரியல மச்சி"
நின்று யோசித்துக்கொண்டிருந்தனர்.

வினோத் : "மச்சி இங்க பாரு இந்த செடியெல்லாம் கால்ல மிதிப்பட்ட மாதிரி இருக்குது, சின்ன சின்ன மரத்துட இலையெல்லா விழுந்திருக்கு"
நவின் அதைபார்த்துவிட்டு விழுந்த இலைகளை எடுத்துப் பார்த்தான்.

நவின் : "மச்சி இந்த இலையெல்லா கொஞ்ச நேரத்துக்கு முன்னாடிதான் விழுந்து இருக்கு பாரு இன்னும் அந்த பிரஸ்னஸ் போகல சோ மல மேல போயிருக்கதான சானஸ்

இருக்கு வாங்கடா போய் பாக்கலாம்" எல்லோரும் மலை உச்சி நோக்கி நடக்க ஆரம்பித்தனர்.

சில நிமிடங்களில் மலை உச்சியை அடைந்தனர்.

அவர்கள் வந்ததிற்கான ஏதும் தடயங்கள் இருக்கின்றதா என்று தேடிக் கொண்டிருந்தனர்.

கமல் : "மச்சி இங்க பாரு இந்த இடத்துல சூ தடம் ஒன்னு இருக்குடா" எல்லோரும் வந்து பார்த்தனர்.
மைக்கல் : "ஆமாடா இங்கதான் வந்திருப்பாங்க போல தெரியுது"
வினோத் : "இருக்கலாம் பாருங்கடா வேற ஏதும் இருக்கானு" மீண்டும் எல்லோரும் வெவ்வேறு திசையில் தேடிக் கொண்டிருந்தனர்.

நவின் கண்ணில் ஒருத்தியுடைய போன் தென்பட்டது.

அதை எடுத்துப் பார்த்தான் அதில் ஸ்கிரின் லாக் பாஸ்வேட் போடப்பட்டிருந்தது.

அதை நண்பர்களிடம் சொல்ல வந்தான் வரும் போது மலை உச்சியின் ஓரத்தில் இன்னொரு போன் இருப்பதை கண்டான் அருகில் சென்று அதை எடுத்தான் அதில் வீடியோ பதிவாகிக் கொண்டிருக்கின்றது. அதையும் எடுத்துக் கொண்டு நண்பர்களை அழைத்தான்.

நவின் : "மச்சி இங்க வாங்கடா"
கமல் : "என்ன மச்சி ரெண்டு போன் வச்சியிருக்க எங்கடா இருந்துச்சி" நவின் எடுத்த இடத்தை சொன்னான்.

நவின் : "மச்சி இந்த போன் ஸ்கிரின் லாக்ல இருக்கு பட் இந்த போன்ல வீடியோ ரெக்காட் ஆகிட்டு இருக்குடா"
வினோத் : "என்னடா சொல்ற எவ்வளோ நேரமா ரெக்காட் ஆகுது"

நவின் : "மச்சி கிட்டதட்ட 2 hoursக்கு மேல ரெக்காடிங் ஆகிட்டு இருக்குடா"
மைக்கல் : "மச்சி ஸ்டாப் பண்ணிட்டு பாரு மச்சி என்ன ரெக்காட் ஆகி இருக்குனு"
தினேஷ் : "Call ஏதாச்சும் வந்து இருக்கானு பாரு"
நவின் : "இந்த போனுக்கு வந்திருக்கு மச்சி ஆனா இந்த போன்ல Network சுத்தமா இல்ல"

எல்லோரும் ஓரிடத்திலிருந்து வீடியோவை பார்த்துக் கொண்டிருந்தனர். அதில்,

அந்த மாணவிகள் மலை ஏறும் போது ஒருத்தி வீடியோ செய்து கொண்டு பேசிக் கொண்டு வந்தாள்.

மேலே வந்ததும் சுற்றி வர வீடியோ செய்துவிட்டு வீடியோவை ஸ்டாப் பண்ணாமல் போனை பாக்கெட்டில் வைத்துக் கொண்டாள். அதன் பிறகு அவர்கள் பேசும் சத்தம் மட்டுமே கேட்டது வீடியோ கறுப்பாக இருந்தது.

"வாவ்..! தீபிகா செமயா இருக்குடி மத்தவங்க மிஸ் பண்ணிட்டாங்க இப்படியொரு காட்சிய, தீபிகா எங்கள ஒரு போட்டோ எடு" என்று பேசியதெல்லாம் பதிவாகியிருந்தது.

"தீபிகா போவோமா அங்க தேடப்போறாங்க"

"ம்ம்..! போகலாமே" என்று பேசியதும் பதிவாகியிருந்தது.

அடுத்த சில நிமிடங்கள் எந்த சத்தமும் கேட்கவில்லை அவர்கள் நடந்த சத்தம் மட்டும் சில நிமிடங்கள் கேட்டது.

அடுத்த சில நிமிடங்களில் "இது" என்ற சத்தமும் "தீபிகா...! தீபிகா..!." என்று அழைக்கும் சத்தமும் கேட்டது.

அதன் பிறகு அழும் சத்தமும் அதோடு ஓடும் சத்தமும் கேட்க சில நொடிகளில் "தீபிகா வா ஓடிடலாம் இங்க என்னவோ நடக்குது வா தீபிகா" என்றும் கேட்டது.

நவினும் நண்பர்களும் அதிர்ச்சியோடு கேட்டுக் கொண்டிருந்தனர்.
"கீர்த்தனா..! எங்கள விட்டுரு கீர்த்தனா ப்ளீஸ்", "ஹா...! ஞாபகம் வந்துருச்சா ஏன் இப்படி பண்ணிங்க", கீர்த்தனா எங்கள விட்டுரு ப்ளீஸ் கீர்த்தனா", "உங்கள விடுறத்துக்கா அங்கிருந்து கூட்டி வந்தன்" என்று பேசுவதும் சத்தமாக சிரிப்பதும் கேட்டது.

அதன்பிறகு ஓடும் சத்தம் கேட்டது.

சில நொடியில் ஏதோ வித்தியாசமாக சிரிக்கும் சத்தமும் கேட்டது.

திடிரென அவர்கள் கதறி அழும் சத்தமாக கேட்க அவர்கள் இழுபட்டு போகும் சத்தமும் லேசாக கேட்க, அவளுடைய போன் கிழே விழுந்தது.

போன் விழுந்ததும் அவர்களின் சத்தம் பலமாக கேட்டது.

சில நொடிகளில் எந்த சத்தமும் இல்லை. போனில் வானம் மட்டுமே தெரிந்தது.

சில நொடியில் லேசாக அந்த உருவம் தென்பட்டது அதுவும் அவளின் கூந்தல் பாதி முகத்தை மறைத்திருந்ததால் முகம் சரியாக தெரியவில்லை.

அடுத்த நிமிடம் அந்த உருவம் சென்றது. எந்த சத்தமும் இல்லை இறுதியாக நவின் போனை எடுப்பதும் பதிவாகியிருந்தது.

நவின் : "மச்சி அந்த ரெண்டு பொண்ணுங்களும் இங்க இருந்து விழுந்து இருக்காங்க அதுவும் வீசப்பட்டிருக்காங்க..! மச்சி எனக்கே ஒரு மாதிரி கை கால் எல்லாம் நடுங்குது"

வினோத் : "யாரு மச்சி அந்த கீர்த்தனா? அப்ப தீபிகா எங்க?"
மைக்கல் : "மச்சி ஒரு வேல தீபிகாட ஒடம்புல ஏதும் ஆவி புகுந்திடுச்சோ தெரியலடா"
கமல் : "அது எப்படிடா வீடியோல லாஸ்ட்ல அந்த பேFஸ் தீபிகாட மாதிரி இல்லயடா"

தினேஷ் : "மச்சி ஒரு வேல தீபிகா அங்கயிருந்து தப்பிச்சி வந்திருந்தா"
நவின் : "அப்படி வந்தாலும் அவட முகத்துல எந்த பதட்டமும் இல்லயே வாக்கிங் போனன்னு சொன்னா எதுக்கு, எனக்கு ஏதோ அவட உடம்புல ஆவி ஏதும் இருக்க வாய்ப்பிருக்குடா, கீர்த்தனா யாருடா அது, இவ யாருனு கண்டுபிடிக்கனும் இப்ப போவோம் போய் விசாரிப்போம் இத பத்தி யாரிடமும் சொல்ல வேணாம். இந்த போன்ல என்ன இருக்குனு செக் பண்ணிட்டு என்ன பண்ணலாம்னு

யோசிக்கலாம் ஏன்னா இதுலதான் போட்டோஸ் இருக்கனும்"

எல்லோரும் கூடாரத்தை நோக்கிச் சென்றனர்.

முன்னாடி பேசிய மாணவியை அழைத்து அந்த மாணவிகளை பற்றியும் நடந்த சம்பவங்கள் பற்றியும் நவின் கூறினான்.

அவள் அழ தொடங்கினாள். "இப்போதைக்கு யாருட்டயும் சொல்ல வேணாம்" என்று கூறினான்.
நவின் : "இந்த போன் யாடருடனு தெரியுமா?"
மாணவி : "இது மாதவிட, இது காவ்யாட"
நவின் : "ஓகே மாதவிட போன்ட பாஸ்வேட் தெரியுமா?"
மாணவி : "பொதுவா எல்லாத்துக்கும் அவட டேட் ஆப் பேர்த் தான் போடுவா அதாதான் இருக்கும்"
நவின் : "உங்களுக்கு தெரியுமா?"

உடனே அவள் சொன்னாள் அதை கொடுத்துப் பார்த்தான் போன் அன்லாக் ஆனது.

அடுத்த நொடி பேட்டரி காலியாக இருந்ததால் போன் ஆப் ஆனது.
நவின் : "தேங்ஸ் நாங்க இத சார்ஜ்ல போட்டுட்டு செக் பண்ணி பாக்குறோம் நீங்க யாருட்டயும் சொல்லிடாதீங்க நாங்க சொல்லும் வரைக்கும் ஓகேயா"

மாணவி : "ஓகே"

அந்த மாணவி செல்ல இவர்களும் கூடாரத்துக்குச் சென்று போனை சார்ஜில் போட்டு விட்டு பேசிக் கொண்டிருந்தனர்.

மைக்கல் : "மச்சி அந்த பொண்ணுங்க மலையில இருந்து கீழே விழுந்தது கன்பார்ம்டா"
நவின் : "ஆமாடா பட் அந்த காட்டுக்குள்ள எப்படிடா போறது..! பயமா வேற இருக்கு இருந்தாலும் போனாதான் அந்த பொண்ணுங்கள கண்டு பிடிக்கலாம்"

தினேஷ் : "அதுவும் சரிதான் மச்சி, போலிஸ் வர முன்னாடி நாங்க கண்டுபிடிக்கனும், ஆனா இதுவரைக்கு யாரும் போலிஸ்ல கம்ப்லைன்ட் பண்ணல அதுவரைக்கும் நல்லம் மச்சி நமக்கு"

சில நிமிடங்கள் பேசிவிட்டு,
நவின் : "மைக்கல் அந்த போன ஆன் பண்ணு"
மைக்கல் போனை ஆன் பண்ணி நவினிடம் கொடுத்தான்.

நவின் பாஸ்வேட் கொடுத்து கேலரியை ஆன் பண்ணினான், அவர்கள் எடுத்த செல்பியை பார்த்தனர் பார்த்துவிட்டு எல்லோரும் அதிர்ச்சியில் உறைந்தனர்.

அவர்கள் எடுத்த செல்பியில் தீபிகாவின் அருகில் அந்த உருவம் தலைவிரி கோலத்தோடு நின்று கொண்டிருந்தது பதிவாகியிருந்தது.

வினோத் : "மச்சி யாருடா அது"
நவின் : "மச்சி ஒரு வேல கீர்த்தனா இதுவா இருக்குமோ"
மைக்கல் : "அந்த வீடியோ பாத்ததுக்கும் கேட்டதுக்கும் தீபிகாட வாய்ஸ் கேக்கவே இல்லயடா அப்ப தீபிகா எங்க?"

கமல் : "நவின் தீபிகாட உடம்புல ஏதோ இருக்கு மச்சி அதுவும் இந்த கீர்த்தனவாதான் இருக்கும்டா"

தினேஷ் : "மச்சி கமல் சொல்றது கரெக்ட் தீபிகாட உடம்புலதான் கீர்த்தனாட ஆவி இருக்கனும் ஏன்னா தீபிகாட்ட ரொம்ப சேன்ஜ் தெரியுது உனக்கே தெரியும்தான"

நவின் : "ஆமாடா இருக்கும், மச்சி இப்ப அந்த ரெண்டு பொண்ணுங்களும் எங்க விழுந்திருக்காங்கனு கண்டுபிடிக்கனும், வாங்கடா போவோம் யாருக்கும் தெரியாமதான் போகனும்" என்று சொல்லி விட்டு யாருக்கும் தெரியாமல் காட்டுப்பகுதி நோக்கி நடந்தனர்.

அவர்கள் செல்வதை தீபிகா பார்த்துக் கொண்டிருந்தாள்.

ஐந்து பேரும் காட்டுக்குள் நுழைந்தனர்.
நவின் : "மச்சி அந்த மலைக்கு பக்கத்துலதான்டா பாக்கனும் வாங்கடா, கவனமா வாங்கடா" எல்லோரும் அந்த மலையில் அடிவாரத்தின் ஓரத்தை நோக்கி நோக்கி நடந்து கொண்டிருந்தனர்.
சிறிது தூரம் நடக்கையில்,

மைக்கல் : "அங்க பாரு மச்சி அந்த மரத்துக்கு கீழ"
நவின் : "ஆமாடா அந்த பொண்ணுங்க மாதிரிதான் இருக்கு வாங்கடா பக்கத்துல போய் பாக்கலாம்" அணைவரும் அருகில் சென்றனர்.

திடிரென பலமாக காற்று வீச ஆரம்பித்தது காய்ந்த இலை சருகுகள் எல்லாம் காற்றில் பறக்க ஆரம்பித்தன கருமேகங்கள் வானை மூட மின்னல் வெட்ட இடி முழக்கமும் காதை கிழித்தது.

தினேஷ் : "மச்சி என்னடா திடிருனு இப்படி காத்து அடிக்குது"

நவின் : "மச்சி மழ வர போகுதோ தெரியலடா கொஞ்சம் பயமாதான் இருக்கு சீக்கிரம் வாங்கடா அந்த பொண்ணுங்கள தூக்கிட்டு எங்க இடத்துக்கு போவோம் சீக்கிரம் வாங்கடா"

அந்த இறந்த மாணவிகளின் அருகில் சென்றனர்.

திடிரென ஒரு உருவம் முன்னே தோன்றியது எல்லோரும் பயத்தில் ஓட ஆரம்பித்தனர்.

அவர்களை அந்த உருவம் துரத்திக் கொண்டே சென்றது.

பயத்தில் ஓடியவர்கள் வினோத்தும் கமலும் வேறு திசையில் ஓட மற்றவர்கள் வேறு திசையில் ஓடினார்கள்.

சிறிது தூரம் ஓடியதும் காற்று இடி மின்னல் ஓய்ந்து மேகங்கள் கலைந்தன.

நவின் : "மச்சி என்னடா அது ரொம்ப பயமா இருக்கு மச்சி வாடா போய்டலாம்"
தினேஷ் : "ஆமாடா அந்த பொண்ணுங்கள என்ன பண்றது"
நவின் : "நான் ஒன்னு பிளேன் பண்ணன், இது என்னடா இப்படி ஆயிடிச்சி..! மச்சி பரவாயில்லடா பயந்து என்னத்த பண்ண வாங்கடா திரும்ப ஒருக்கா போய் பாக்கலாம்"
மைக்கல் : "திரும்பவா"

நவின் : "வாங்கடா என்னதான் அப்படி இருக்குனு பாக்கலாம் டேய் வினோத்தும் கமலும் எங்கடா"
மைக்கல் : "வினோத்..! கமல்..!"
நவின் : "டேய் வாங்கடா ஒன்னாவது இவனுங்கள பாக்கலாம்" வினோத்தையும் கமலையும் கூப்பிட்ட படி தேடிக் கொண்டு நடந்தனர்.

மற்ற திசையில்,
வினோத் : "மச்சி என்னடா அது என்னனு ஒன்னுமே புரியல"
கமல் : "எங்கடா மத்தவங்க" அவர்களை கூப்பிட்டபடி இவர்களும் நடந்தனர்.

மீண்டும் வினோத், கமல் வந்த வழியே அவர்களை கூப்பிட்டப்படி சிறிது நடக்கையில், அவர்களை போலிசார் சுற்றி வளைத்தனர்.

போ.அதிகாரி : "டேய் என்னடா பண்ணிங்க அந்த ரெண்டு பொண்ணுங்களையும்"
வினோத், கமல் : "சார் எந்த பொண்ணுங்க சார், நாங்க என்ன சார் பண்ணோம்"
போ.அதிகாரி : "கான்ஸ்டபல்ஸ் அந்த ரெண்டு பாBடியையும் தூக்கிட்டு வாங்க" அந்த இறந்த பொண்ணுங்களையும் மரத்துக்கு பின்னாலிருந்து தூக்கி வந்தனர்.

போ.அதிகாரி : "இதுக்கு என்னடா சொல்றீங்க"

வினோத்தும் கமலும் நடந்தவற்றை கூறினர்.

போ.அதிகாரி : "என்னடா கத உடுறீங்க அரஸ்ட் பண்ணுங்க இவனுங்க ரெண்டு பேரயும்"
கமல் : "சார் நம்புங்க சார்...! இதுதான் சார் நடந்துச்சி"
போ.அதிகாரி : "போதும் நிறுத்துங்கடா" என்று சொல்லி விட்டு அவர்கள் சொல்வதை கேட்காமல் இருவரையும் கைது செய்து அழைத்துச் சென்றனர்.

இந்த திசையில் மூவரும் இவர்களை தேடிக்கொண்டிருந்தனர்.

தேடிக் கொண்டே அந்த மாணவிகள் இறந்து கிடந்த இடத்திற்கே மீண்டும் வந்தனர்.

மைக்கல் : "மச்சி அங்க பாருடா அந்த பொண்ணுங்கள காணல"
நவின் : "மச்சி நாங்க முன்னாடி வந்த இடந்தான இது?"
தினேஷ் : "ஆமா மச்சி"
மைக்கல் : "மச்சி இது நல்லதுல்ல வாடா போய்டலாம் போர வழில கமலயும் வினோத்தயும் தேடிக்கலாம்" என்று சொல்லி விட்டு மூவரும் நடக்க ஆரம்பித்தனர்.

சில நிமிடங்களில் அவர்களின் கூடாரத்திற்கே வந்து சேர்ந்தனர் .

அங்கே போலிசாரும் வினோத் மற்றும் கமலின் கைகளில் விளங்கு மாட்டியபப்டி நின்று கொண்டிருந்தனர்.

மூவரும் அவர்களின் அருகில் ஓடிச்சென்று,
நவின் : "சார் இவங்க என்ன சார் பண்ணாங்க எதுக்கு அரஸ்ட் பண்ணீங்க?"
போ.அதிகாரி : "இந்த எறந்த ரெண்டு பொண்ணுங்க கேஸ்ல அரஸ்ட் பண்ணிக்கோம்"
நவின் : "சார் இதுக்கும் அவங்களுக்கும் எந்த சம்பந்தமும் இல்ல சார்"

போ.அதிகாரி : "சம்பந்தம் இல்லனா எதுக்கு காட்டுக்குள்ள போகனும் அதுவும் இந்த பொண்ணுங்கட பாBடி இருந்த இடத்துல வச்சிதான் அரஸ்ட் பண்ணி இருக்கோ எதுவா இருந்தாலும் கோட்ஸ்ல வந்து பேசிக்குங்க"

நவின் அதிபரிடம் பேசினான்,
நவின் : "சார் என்ன சார் இவங்க பண்ணிருப்பாங்கனு நம்புறீங்களா சார், சொல்லுங்க சார் அவங்கிட்ட"
அதிபர் : "நானும் எவ்வளவோ சொல்லி பாத்துட்டன் நவின் அவங்க நம்புற மாதிரி இல்ல"

நவின் : "யாரு சார் போலிஸுக்கு கம்லைன்ட் பண்ணது"
அதிபர் : "நான்தான் நவின்"
மைக்கல் : "ஏன் சார் அவசரபட்டீங்க"
அதிபர் : "பின்ன...! என்ன பண்ண சொல்ற எங்களால என்ன பண்ண முடியும் அதுதான் கம்லைன்ட் கொடுத்தன்"
போ.அதிகாரி : "சார் நாங்க கெழம்புறோம்,
பாBடிய போஸ்ட்மாட்டத்துக்கு அனுப்பியாச்சி எதுவாயிருந்தாலும் அடுத்த வாரம் கோட்ஸ்ல வந்து பேசிக்குங்க" என்று சொல்லி விட்டு இருவரையும் போலிஸ் நிலையம் அழைத்துச் சென்றனர்.

ஆசிரியர்களும் மாணவர்களும் கவலையுடன் பார்த்துக் கொண்டிருந்தனர். தீபிகாவும் கவலையுடன் இருந்தாள்.

ஆனால் எல்லாம் தெரிந்த மாணவி எதுவும் சொல்லாமல் பயத்தில் நின்று கொண்டிருந்தாள்.

உடனே நவின் அதிபரை அழைத்துக் கொண்டு கூடாரத்தை நோக்கிச் சென்றான்.
அதிபர் : "என்ன நவின் இங்க எதுக்கு கூட்டி வந்த சொல்லுப்பா"

நவின் மலையில் நடந்த விடயங்களையும் போனில் பார்த்த வீடியோ புகைப்படங்கள் பற்றியும் கூறி அவற்றை காட்டினான்.

அதிர்ச்சியில் உறைந்தார் அதிபர்.
அதிபர் : "நவின் இதயெல்லாம் எப்படிப்பா நம்புறது இந்த காலத்துலையும் இப்படி நடக்குமா? இத சொல்லி இருக்கலாமே போலிஸ்கிட்ட"
மைக்கல் : "நம்பிதான் சார் ஆகனும்"
நவின் : "எப்படி சார் சொல்றது இத அவங்ககிட்ட, நாங்க பிளேன் பண்ணது என்னவோ? நடந்தது என்னவோ? சார், அதுதான என்ன பண்றதுனு தெரியாம யோசிச்சிட்டு இருக்கோம்"

அதிபர் : "இப்ப நடந்த கொலைக்கும் தீபிகா சம்பந்தப்பட்டு இருந்தாலும் இதுக்கு முன்னாடி நடந்த சம்பவங்களுக்கும் தீபிகாவுக்கும் சம்பந்தம் இருக்குமா?"

நவின் : "அதபத்தி தெரியல சார் ஆனா தீபிகாட்ட சேன்ஜ் இங்க வந்த அப்புறம்தான் இருக்கு"
மைக்கல் : "இப்ப முக்கியம் வினோத்தையும் கமலையும் காபாத்தனும் தீபிகாட உடம்புல கண்டிப்பா ஆவி ஏதும் இருக்கணும் அதுலயிருந்து அவளையும் காபாத்தனும்"

நவின் : "போலிஸ் வந்ததால பிளேன் எல்லாம் சொதப்பிட்டு"
அதிபர் : "நவின் ஆவி சம்பந்தப்பட்ட விஷயம் எங்களால பண்ண முடியும்னு நம்புறத விட, ஒரு சாமியார் இல்லனா ஆவி சம்பந்தப்பட்டவங்கட்ட உதவி கேக்குறது நல்லதுனு தோணுது"
தினேஷ் : "ஆமாடா மச்சி சார் சொல்றதுதான் சரி"

நவின் : "இப்ப என்ன பண்றது சார்"

அதிபர் : "எனக்கு தெரிஞ்ச பிரண்ட் ஒருத்தன் இருக்கான் அவன்கிட்ட கேட்டு பாக்கலாம் யாரு சரி இருக்காங்களானு"
மைக்கல் : "சார் டைம் வேஸ்ட் பண்ணாம உடனே போய் பாக்கலாம் சார், இங்கயிருந்து போகும் போது எல்லாரு சந்தோசமா போகனும் சார் இனி ஒரு உசுரு போகாம பாத்துக்கனும் சார்"
அதிபர் : "ம்ம்..! வாங்க போவோம்"

எல்லோரும் கூடாரத்திலிருந்து வெளியே வரும் போது தீபிகாவும் அவர்கள் அருகே வந்து கொண்டிருந்தாள்.

இவர்களுக்கு சிறு பயமும் ஒட்டிக் கொண்டது.
தீபிகா : "எல்லாரு எங்க போக போறீங்க"
நவின் : "போலிஸ் ஸ்டேசனுக்கு வினோத்தையும் கமலையும் பாக்கனும் போலீஸ்ட்ட பேசனும் அதுக்குதான் போறோம்"
தீபிகா : "ம்ம்..! சீக்கிரம் வாங்க பயமா வேற இருக்கு" என்று எப்போதும் போல பேசினாள்.

மைக்கல் : "என்னடா நல்லாதானடா பேசுறா"
நவின் : "ஆமாடா என்னதான் நடக்குதோ ஒன்னுமே புரியல, வாங்க சார் போவோம்"

அதிபர் அவருடைய நண்பருக்கு போன் செய்து வருவதை அவருக்கு தெரிவித்தார்.

சிறிது நேரத்தில் அவரின் வீட்டை வந்தடைந்தனர். அதிபரின் நண்பர் அவர்களை வரவேற்று நன்கு உபசரித்தார்.

அதிபரும் நவினும் நடந்தவற்றை அவரிடம் கூறினார்கள். அவரும் பயந்து போனார்.

"இதுக்கு ஒரு சாமியார் இருக்காரு" என்று கூறி அவர்களை சாமியார் வீட்டிற்கு அழைத்துச் சென்று நடந்தவற்றை கூற சாமியார் அவர்களை நாளை இரவு வரச்சொல்லி அனுப்பி வைத்தார்.
அவர்களும் சென்றனர்.

இரவானது நேரம் 1.00 மணி கடந்திருந்தது,
நவினும் நண்பர்களும் தூக்கமில்லாமல் பேசிக் கொண்டிருந்தனர்.

திடிரென யாரோ கூடாரத்தை கடந்து போனது போல் இருந்தது.
நவின் : "மச்சி யாரோ போன மாதிரி இருந்ததுல, டேய் வெளிய யாரும் போக வேணா கொஞ்சம் வெயிட் பண்ணி பாக்கலாம்" சில நிமிடங்கள் கழித்து வெளியே வந்து பார்த்தனர் யாருமே இருக்கவில்லை.

அந்த குளத்தின் பக்கம் பார்த்தனர் பார்த்தப்படி பயத்தில் உறைந்து போய் நின்றனர் அங்கே தீபிகா தலைவிரிகோலமாக கொடுரமான முகத்தோடு அந்த மரத்தின் கீழ் இருந்து மரத்தை விரலால் சுரண்டியவாறே உட்கார்ந்திருந்தாள் அருகில் அந்த பொம்மையும் இருந்தது.

இவர்கள் பயந்து அங்கே செல்லாமல் கூடாரத்துக்குள் சென்றனர்.

சில மணி நேரத்தில் தீபிகா அங்கே இருக்கவில்லை.
மைக்கல் : "மச்சி வாடா போய் பாக்கலாம் குளத்துக்கிட்ட"
நவின் : "டேய் காலையில பாக்கலாம்டா பயமா இருக்கு, இப்ப தூங்குடா"

மறுநாள் காலையில்,
மூவரும் அந்த குளத்தின் அருகே சென்றனர் அங்கே அந்த பொம்மையும் இருக்கவில்லை.

அருகில் உள்ள மரத்தை நோக்கினார்கள் மூவருக்கும் உடம்பெல்லாம் வியர்க்க ஆரம்பித்தது அந்த மரத்தில் நவின் என எழுதப்பட்டிருந்தது.
மைக்கல் : "மச்சி என்னடா உன்னட பேர எழுதி வச்சிருக்கா?"
நவின் : "மச்சி ரொம்ப பயமாவும் இருக்கு ரொம்ப கொழப்பமாவும் இருக்குடா"

தினேஷ் : "டேய் எதுவும் நடக்குறதுக்கு முன்னால அந்த சாமியார்கிட்ட போறது நல்லதுனு நினைக்குறன்டா"
நவின் : "நைட்டுக்குதானடா வர சொன்னாரு கொஞ்சம் பொறுடா நைட்டுக்கே போய் பாத்துறலாம்" மூவரும் பேசிக் கொண்டிருக்கும் போது அதிபர் வேகமாக வந்தார்.

அதிபர் : "நவின் என்னட பிரண்ட் போன் பண்ணி இருந்தான், நைட்டுக்கு வரும் போது யாருட உடம்புல ஆவி இருக்குனு நம்புறீங்களோ அவர்ட காலடி மண்ணு எடுத்து வரட்டுமாம் வெறுங்காலோட இருக்கிற காலடி மண்"
மைக்கல் : "வெறுங்காலோட உள்ள காலடி மண்ணா சார்"
அதிபர் : "ஆமா" என்று சொல்லி விட்டு
சென்றார்.

தினேஷ் : "டேய் மச்சி காலடி மண்ணுக்கு எங்கடா போறது"

நவின் : "மச்சி தீபிகா பேசி நான் கூட்டி வாறன் தீங்கதான் தெரியாம எடுக்கனும் ஓகேயா"
மைக்கல் : "மச்சி வெறுங்காலோட இருக்கனும்டா"
நவின் : "அத நான் பாத்துக்குறன் மண்ண எடுக்க வேண்டியது உங்க பொறுப்பு ஓகேயா முக்கியமா அவ பாத்துற கூடாது கவனம் ஓகேயா" இருவரும் சரியென தலையாட்டினர்.

தீபிகாவின் கூடாரத்திற்கு அருகில் சென்று தீபிகாவை அழைத்தான்.

தீபிகா : "ஹாய்..! நவின் என்ன காலையில ஏர்லியாவே எந்திரிச்சாச்சு போல"
நவின் : "ம்ம்..! ஏர்லியா எந்திரிச்சிட்டன் வாங்கலன் அப்படியே வாக்கிங் போய்ட்டு வருவோ"
தீபிகா : "ம்ம்..! போவோமே..!" இருவரும் நடக்க ஆரம்பித்தனர்.

தீபிகா : "நவின்"
நவின் : "சொல்லுங்க தீபிகா"
தீபிகா : "இங்க வந்ததுலயிருந்து எனக்கு ஏதோ உடம்பு சரியில்லாத மாதிரி தோணுது"
நவின் : "என்ன சொல்றீங்க"

தீபிகா : "ஆமா நவின் சம்டைம் உடம்பெல்லாம் சரியான வலி யாரோ அடிச்ச மாதிரி சம்டைம் ஏதோ நடக்குற மாதிரி இருக்கு பட் எதுவும் புரியமாட்டிக்குது என்னவோ தெரியல நான் யாருட்டயும் சொல்ல இல்ல அம்மா அப்பாக்கும் சொல்ல இல்ல"
நவின் : "நாளைக்கு டாக்டர பாத்து என்னனு பாக்கலாம் ஓகேயா ஒருவேள இங்க உள்ள கிளைமேட்டுக்கு அப்படி

இருக்கோ தெரியலயே பாக்கலாம்" என சமாளித்து விட்டான்.

நவின் : "வாங்கலன் அந்த மணல்ல வெறுங்காலோட நடக்கலாம் செமயா இருக்கும்" என்று இருவரும் வெறுங்காலோடு நடந்தனர்.

அவர்கள் சிறிது தூரம் நடந்ததும் மைக்கலும் தினேஷும் அவளின் காலடி மண்ணை எடுத்துக் கொண்டனர். சிறிது நேரம் பேசியப்படியே கூடாரத்தை நோக்கி சென்றனர்.

இரவானது,

நவினும் நண்பர்களும் அதிபரும் அந்த சாமியாரின் வீட்டிற்கு செல்ல தயாரானார்கள்.

எல்லோரும் உறங்கியிருந்ததால் இவர்கள் வெளியே செல்வது யாருக்கும் தெரியவில்லை.

அதிபருடைய நண்பரையும் கூட்டிக் கொண்டு அங்கே சென்றனர்.

சாமியார் : "வாங்க உக்காருங்க, பூஜைக்கு எல்லாதையும் எடுத்து வச்சிட்டு வாரன் நீங்க இருங்க, அப்புறம் காலடி மண் எடுத்து வந்திங்களா?"
நவின் : "ஆமா சாமி"
அதை வாங்கிக் கொண்டு பூஜை அறைக்குள் சென்றார்.

சிறித நேரம் கழித்து வெளியே வந்தார்,
சாமியார் : "தீபிகா இரவைல தனிய வெளிய போறாளா?"
நவின் : "ஆமா சாமி நேத்து நைட் கூட பாத்தோம்"

சாமியார் : "எத்தன மணிக்கு பாத்தீங்க"
மைக்கல் : "எப்படியும் 1 மணி இருக்கும் சாமி"
அதை கேட்டுவிட்டு பூஜை அறைக்குள் சென்றார்.

ஒரு மணித்தியாலம் கழித்து ஒருவர் பூஜை அறையிலிருந்து வந்து அவர்களை உள்ளே அழைத்தார் எல்லோரும் உள்ளே சென்றனர்.

சாமியார் : "அங்க உக்காருங்க" என்று சொல்லிவிட்டு மந்திரங்கள் ஓத ஆரம்பித்தார்.

சில நிமிடங்களில் வெளியே வேகமாக காற்று வீச ஆரம்பித்தது இவர்கள் பயத்தில் உட்கார்ந்து கொண்டிருந்தனர்.

வெளியே உள்ள மரங்கள் பலமாக காற்றில் ஆட, மின்னல் வெட்ட இடியும் காதை கிழிக்கும் அளவுக்கு சத்தமாக கேட்டது.

திடிரென பூஜை அறையின் கதவு சடுதியாக திறந்தது அங்கே தலைவிரி கோலமாக தீபிகா வந்து நின்று கொண்டிருந்தாள்.

நவினும் நண்பர்களும் பயத்தில் நடுநடுங்கி போனர்.

சாமியார் மந்திரங்கள் ஓத மந்திர சக்தியினால் தீபிகா சாமியார் முன்னாடி வந்து அமர்ந்தாள்.
சாமியார் : "யார் நீ? ஏன் இந்த பொண்ணோட ஒடம்புல இருக்க யாரு நீ"
தீபிகா : "என்னய யாருமே புரிஞ்சிக் கொள்ளல, நான் அவ்வளோ வேதனபட்டு இருக்கன்"

சாமியார் : "இப்ப எதுவும் சொல்ல வேணா இந்த பொண்ணு ஒடம்புல இருந்து வெளிய போக போறியா இல்லயா"

என்று மந்திர நீரை தெளித்தார். ஆவி கொஞ்சம் கொஞ்சமாக புகையாக மாற ஆரம்பித்தது.

சாமியார் : "யாருனு சொல்ல போறீயா இல்ல இந்த நொடியிலயிருந்து எங்கும் போக முடியாத மாதிரி உன்ன அழிச்சிடுவன்
அந்த உருவம் அழுதபடி பேச ஆரம்பித்தது.

ஒரு சிறிய குடும்பம் அந்த ஊருக்கு புதிதாக வந்தது.

அந்த ஊரிலேயே புதிய வீடு கட்டி குடி வந்தனர். அந்த குடும்பத்தில் அம்மா, அப்பா, மகள் என்று சந்தோசமான குடும்பம்.

அந்த அம்மா, அப்பாவின் செல்ல மகள் அவளின் பெயர் கீர்த்தனா. அவளின் அம்மா, அப்பா கீர்த்தனா மீது அளவு கடந்த பாசம் வைத்திருந்தனர் கீர்த்தனா எது ஆசைப்பட்டாலும் இல்லை என்ற வார்த்தையை அவர்கள் சொல்லியதேயில்லை.

கீர்த்தனா கொஞ்சம் கறுப்பாக இருந்தாலும் அவளுடைய முகம் அழகாகதான் இருக்கும் அதற்கு காரணம் அவளுடைய கள்ளகபடமற்ற சிரிப்புதான்.

அவள் கறுப்பாக இருந்தாலும் அவளின் மனது எப்போதுமே வெண்மைதான். அவள் கறுப்பாக இருப்பதை எண்ணி ஒரு போதும் வருத்தப்பட்டதுமில்லை

அதை குறையாக எண்ணியதுமில்லை காரணம் கடவுள் எது செய்தாலும் நன்மைக்கே என்ற எண்ணத்தை கொண்டவள்.
கீர்த்தனா : "அப்பா சீக்கிரம் வாங்கப்பா போறத்துக்கு, மேக்கப் பண்ணதெல்லாம் போதும் இன்னு உங்களுக்கு இளம ஊஞ்சலாடுது போல"
அப்பா : "பின்ன..! காலேஜ் போறோம் எவ்வளோ பேர் பாப்பாங்க அழகா இருக்க வேணாமா"

கீர்த்தனா : "அப்பா இது ரொம்ப ஓவரு..! அம்மா பாத்துக்கோங்க யார சரி கூட்டி வந்துரபோறாரு"
அம்மா : "அவருக்கு இன்னு முத்து ரஜினிகாந்த்னு நெனப்பு"
அப்பா : "ஆமா இவ பெரிய ரதி தேவி சொல்லிட்டாங்க"
கீர்த்தனா : "அப்பா உங்க சண்டய வந்து வச்சுக்குங்க இப்ப வாங்க போவோம்"
என்று அப்பாவை அழைத்துச் சென்றாள் காலேஜில் புதிய அட்மிசன் இன்டர்வியூக்காக.

அங்கே நிறைய மாணவர்கள் இன்டர்வியூக்காக வந்திருந்தார்கள்.

சில நிமிடங்களில் கீர்த்தனாவை அழைத்தனர்.

கீர்த்தனா உள்ளே சென்றாள்.
சிறிது நேரம் கழித்து வெளியே வந்தாள்.

அப்பா : "என்னாச்சிம்மா ஓகேதான"
கீர்த்தனா : "ஆமாப்பா அடுத்த வாரம் ஜாயின்ட் பண்ண சொல்லியிருக்காங்க அடுத்த வாரம்தான் ஸிலபஸ் எல்லாம் ஸ்டார்ட் ஆகுதாம்"
அப்பா : "ம்ம்ம்..! ஓகே போவோம்" இருவரும் வீட்டுற்குச் சென்றனர்.

மாலைநேரம் ஆனது,

கீர்த்தனா : "அப்பா பீச்சிக்கு போய் வரவா அப்பா?"
அம்மா : "அதுவொன்னு தேவயில்ல"
கீர்த்தனா : "அப்பா பாருங்கப்பா வீட்டுக்கிட்டதான இருக்கு பொய்ட்டு வன் ஹவர்ல வந்துடுவன்ப்பா"
அம்மா : "சரி..! சரி..! கவனமா பொய்ட்டு வரனும்"
கீர்த்தனா : "அப்பா, அம்மா பொய்ட்டுவாரன்"

கடற்கரைக்குச் சென்று அப்படியே சிறிது நேரம் கழித்துவிட்டு வீட்டை நோக்கி நடந்தாள்.

அங்கே நவினும் நண்பர்களும் விளையாடிக் கொண்டிருந்தனர்.

அடுத்தவாரம் ஆனது,

கீர்த்தனா காலேஜ் செனறாள்.

அவள் முன்பு படித்த காலேஜை விட இந்த காலேஜ் அவளுக்கு பிடித்திருந்தது. அதே போன்று நல்ல நண்பர்களும் கிடைத்து விட்டால் இன்னும் சந்தோசமாக இருக்கும் என்று எண்ணிக் கொண்டு தனது வகுப்பை நோக்கி சென்றாள்.

அங்கே நிறைய மாணவிகள் இருந்தார்கள் ஒருவருக்கொருவர் பேசிக் கொண்டிருந்தனர்.

கீர்த்தனா ஆசனத்தில் அமர்ந்தாள். பக்கத்தில் உள்ள மாணவிகளிடம் தன்னை அறிமுகப்படுத்திக் கொண்டாள்.

அன்றைய நாள் கீர்த்தனா தனது புதிய நண்பிகளுடன் சந்தோசமாக கழித்தாள்.

வீட்டிற்குச் சென்றதும்,
அம்மா : "காலேஜ் எல்லாம் எப்படி இருக்கு பிடிச்சிருக்கா?"
கீர்த்தனா : "ஆமாம்மா ரொம்ப பிடிச்சிருக்கு அப்பா எங்கம்மா"
அம்மா : "மார்கட் போனாரு"
கீர்த்தனா : "ம்ம்" என்று சொல்லி விட்டு உள்ளே சென்று உடை மாற்றிவிட்டு அம்மாக்கு சமைக்க உதவிகள் செய்து கொடுத்துக் கொண்டிருந்தாள்.

மறுநாள் வழமைப்போல் காலேஜ் சென்றாள். மரத்தின் கீழ் நவினும் நண்பர்களும் உட்கார்ந்துக் கொண்டிருந்தனர்.

தினேஷ் : "மச்சி நேத்து புது ஸ்டுடன்ஸ் எல்லாம் ஜாயின் பண்ணியிருக்காங்க போல"
மைக்கல் : "ஆமாடா அதுக்குதான் அன்னக்கி இன்டர்வியூ நடந்திச்சி"
கமல் : "ஆமாடா சூப்பர் பிகரெல்லாம் இருக்கு மச்சி"
நவின் : "டேய் அவங்களும் நம்மல மாதிரி ஸ்டுடன்ஸ்தாடா சும்மா பிகர் அது இதுனு சொல்லிக்கிட்டு"
மைக்கல் : "பார்ரா..! தரமான நல்ல பையன் சொல்றாரு"
வினோத் : "ஏன் சொல்லமாட்டா இது மட்டுமா இன்னு சொல்லுவா"
கமல் : "மச்சி தீபிகாடா"
நவின் : "எங்கடா..! எங்க..!"
கமல் : "மச்சி பாத்தியா எங்களுக்கு ஸ்டுடன்ஸ்சாம் அப்ப தீபிகா இவருக்கு யாரு மச்சி"

மைக்கல் : "மச்சி வேணாண்டா விட்ரு இந்த தீபிகா கதய சொல்லி போBர் அடிக்காம வாங்கடா கிளாஸுக்கு போவோம்" என்று சொல்ல எல்லோரும் வகுப்புக்குச் சென்றனர்.

கீர்த்தனா தன்னுடைய வகுப்பிற்குச் சென்றாள்.

அவளுடைய வகுப்பில் ஐந்து மாணவிகள் நண்பர்களாக இருந்தனர்.

அவர்கள் நன்றாக படிப்பவர்களாக இருந்தாலும் அவர்களிடம் போட்டி, பொறாமை, கோபம் எப்போதும் இருக்கும் தங்களை விட அதிகம் படிப்பவர்களாக இருந்தாலும் சரி அழகாக இருந்தாலும் சரி.
ஆக மொத்தத்தில் திமிருக்கு மறு பெயர் அந்த ஐந்து பேருமே.

நேற்றைய தினம் அந்த ஐந்து மாணவிகளும் வரவில்லை ஆகையால் வகுப்பு அமைதியாக இருந்தது.

சிறிது நேரத்தில் அந்த மாணவிகள் வந்தனர்.

அவர்கள் உள்ளே வந்து புதிய மாணவிகள் அமர்ந்திருப்பதை கண்டனர்.

"வாவ் நியூ கம்மர்ஸா" என்று முதலில் கீர்த்தனாவைக் கண்டு அவளின் அருகில் சென்று ஒருத்தி,

"ஹாய் பேர் என்ன?"
கீர்த்தனா : "ஹாய் கீர்த்தனா" என்றாள்.

மாதவி : "என்னட நேம் மாதவி இவ காவ்யா, ஜெனிபர், நிவேதா, தேவி"
எல்லோரையும் அறிமுகம் செய்துவிட்டு தங்களுடைய இடத்தில் போய் அமர்ந்தனர்.

அன்று காலேஜ் கலகலப்பாக சென்றது கீர்த்தனாவிற்கு.

காலேஜ் முடிவடைந்து எல்லோரும் வெளியே வந்தனர்.
வினோத் : "டேய்..! வாடா போவோம்"
நவின் : "இரு மச்சி தீபிகா வரட்டும்"
தினேஷ் : "இவன திருத்த முடியாதுடா,
டேய்..! தீபிகா அதோ போராடா"

நவின் : "போறாளா..? சீக்கிரம் வாங்கடா"
மைக்கல் : "போறது பின்னால இதுல போர்க்களத்துக்கு போர ரியாக்ஸன் வேற, வந்து தொலையிரோ"

நவின் வேகமாக தீபிகாவை பார்த்தவாறு நடந்தான்.

நண்பர்கள் மெதுவாக பின்னால் நடந்து வந்துக் கொண்டிருந்தனர்.

நவின் வேகமாம நடந்து செல்ல அந்த வழியாக வந்த கீர்த்தனா மீது மோதி விட்டான்.

அவளுடைய கையிலிருந்த புத்தகம் எல்லாம் கீழே விழுந்தது.
நவின் : "சாரிங்க தெரியாம மோதிட்டன் அவசரமா போனன் அதுதான் கவனிக்கல" என்று அவளின் முகத்தைக்கூட சரியாக பார்க்காமல் தீபிகாவை பார்த்தவாறு கூறினான்.

கீர்த்தனா : "பரவாயில்லங்க நீங்க போங்க" என்று சொன்னதும் நன்றி சொல்லிவிட்டு சென்றான்.

நண்பர்கள் பேசிக் கொண்டு வந்ததில் இதை கவனிக்கவில்லை.

நவின் தீபிகா பின்னால் செல்ல கீர்த்தனா வீடு நோக்கி நடந்தாள்.
மாலை நேரம் ஆனது,
நவினும் நண்பர்களும் கீர்த்தனாவின் வீட்டிற்கு அருகில் இருக்கும் பெரிய மரத்தின் கீழ் நின்று பேசிக்கொண்டிருந்தனர்.

கீர்த்தனா அம்மாவோடு வெளியே உட்கார்ந்து பேசிக் கொண்டிருந்தாள்.

கீர்த்தனா வெளியே வந்து அப்பா வருகின்றாரா என்று பார்த்தாள்.

அங்கே அவர்கள் பேசிக்கொண்டிருப்பதை கண்டாள் அவர்களை பார்த்து விட்டு உள்ளே சென்றாள்.

சிறிது நேரத்தில் அப்பாவும் வந்தார்.

அப்பா : "கீர்த்தனா ஒனக்கு கிப்ட் ஒன்னு வாங்கிட்டு வந்தன்"
என்று கூறி கிப்ட்டை கீர்த்தனாவிடம் கொடுக்க அவள் அதை பிரித்துப் பார்த்தாள்.

உள்ளே அழகான பொம்மை ஒன்று இருந்தது.

அதன் வயிற்றில் பொம்மி என்று எழுதப்பட்டிருந்தது.

கீர்த்தனா : "என்னப்பா பொம்மினு எழுதியிருக்கு"
அப்பா : "அந்த கடையில ஜாஸ்தியா பொம்மைங்க இருக்கு எல்லா பொம்மைங்களுக்கும் நேம் இருக்காம் அதுதான் இந்த நேம் நல்லா இருக்கவும் வாங்கிட்டு வந்தன்"
கீர்த்தனா : "ஆமாப்பா நல்ல நேம்தான் தேங்ஸ் அப்பா"
அன்றிலிருந்து கீர்த்தனா அந்த பொம்மை இல்லாமல் தூங்குவதே இல்லை.

சில நாட்கள் சென்றன,
வழமைப்போல காலேஜ் சென்றாள். வகுப்பிற்கு வரும் ஆசிரியர்களுக்கு கீர்த்தனாவை மிகவும் பிடித்து விட்டது.

காரணம் படிப்பிலும் சரி மரியாதையிலும் சரி மற்ற மாணவிகளை விட திறமையாக இருந்தாள்.

ஆனால் பாரட்டும் கீர்த்தனாவின் திறமை மீதும் அந்த 5 மாணவிகளும் பொறாமையும் கோபமும் கொண்டனர்.

கீர்த்தனா பாத்ரூம் நோக்கிச் சென்றாள் அங்கே ஜெனிபர் நின்று கொண்டிருந்தாள். கீர்த்தனாவை கண்டவுடன் எதுவுமே சொல்லாமல் அவளின் கன்னத்தில் அறைந்தாள்.

கீர்த்தனா அதிர்ச்சியிலும் கண் கலங்கி நின்றாள் அவளின் நேரம் என்னவோ பாத்ரூமில் இருவரை தவிர யாரும் இருக்கவில்லை.

ஜெனிபர் : "ஏன்டி இந்த மூஞ்சிய வச்சிக்கிட்டு எங்கள விட நீ நல்லா படிச்சிடுவியா என்னவோ உன்னய மட்டும் நல்ல பொண்ணு நல்லா படிக்கிற பொண்ணுனு எல்லாரு சொன்னா நீ பெரிய ஆளாடி"

கீர்த்தனா : (அழுதவாறு) "நான் எதுவும் உங்களுக்கு பண்ணலயே ஜெனிபர்"
ஜெனிபர் எதையும் கேட்காமல் கீர்த்தனாவை மிகவும் கொச்சையாகவும் அவளது நிறத்தையும் முகத்தையும் பற்றி அசிங்கமாகவும் கேவலமாகவும் திட்டி விட்டு மீண்டும் கன்னத்தில் அறைந்து விட்டு சென்றாள்.

சிறிது நேரத்தில் கவலை தோய்ந்த முகத்தோடு கீர்த்தனா வகுப்பறைக்குள் நுழைந்தாள். அந்த 5 மாணவிகளும் அவளை பார்த்து சிரித்துக் கொண்டிருந்தனர்.

கீர்த்தனா அவளது இருக்கையில் அமர்ந்தாள்.

அருகில் இருந்த அவளின் நண்பி ஒருத்தி
நண்பி 1 : "கீர்த்து என்னாச்சி முகம் ஒரு மாதிரியா கண் எல்லாம் கலங்கி இருக்கு என்னாச்சி"
கீர்த்தனா நடந்தவற்றை கூறினாள்.

நண்பி 1 : "அவளுங்க அப்படிதா நீ ஒன்னு கவலப்படாத அவளுங்களுக்கு முன்னால யாரும் நல்ல பேர் வாங்கிற முடியாது, அவளுங்க மட்டும்தான் நல்லா படிக்கனும் அவளுங்க மட்டும் நல்ல பேர் வாங்கனும் திமிரு புடிச்சவங்க"
சில மணித்தியாலங்களில் காலேஜ் முடிந்து எல்லோரும் வீடுகளுக்குச் சென்றனர்.

மாலைநேரம் வீட்டு வாசலில் நின்று கொண்டிருந்தாள் கீர்த்தனா.

வழமைப்போல நவினும் நண்பர்களும் அந்த மரத்தின் கீழ் நின்று பேசிக் கொண்டிருந்தனர்.

கீர்த்தனாவும் இவர்களை தினமும் பார்ப்பதால் நவினின் மீது அவளது மனம் விருப்பம் கொள்ள ஆரம்பித்தது. சிறிது நேரத்தில் எல்லோரும் சென்றனர்.

இரவானது கீர்த்தனாவின் அம்மா சாப்பாட்டுக்கு அழைத்தார்.

சாப்பிட்டு விட்டு உறங்குவதற்கு அறைக்குள் செனறாள்.

தூங்கும் போது ஜெனிபர் திட்டியதும் கன்னத்தில் அறைந்ததையும் நினைத்து பொம்மையை கட்டிப்பிடித்துக் கொண்டு அழுதுக் கொண்டு தூங்கினாள் அவளின் கண்ணீர் துளிகள் சில அந்த பொம்மையில்
விழுந்தன.

மறுநாள் காலேஜ் செல்ல வழமைப்போல நவினும் நண்பர்களும் பேசிக் கொண்டிருக்க நவினை பார்த்தப்படியே சென்றாள் கீர்த்தனா.

இப்படியே சில நாட்கள் செல்ல நவினை காதலிக்க ஆரம்பித்தாள் ஆனால் நவின் கீர்த்தனாவின் முகத்தை பார்த்ததேயில்லை.

மாலைநேரம் கீர்த்தனாவின் நண்பிகள் அவளது வீட்டிற்கு வந்தனர். அவளின் அம்மாவிடம் கேட்டு விட்டு கீர்த்தனாவையும் கடற்கரைக்குச் கூட்டிச் சென்றனர். அங்கு அணைவரும் விளையாட ஆரம்பித்தனர். சிறிது தூரத்தில் நவினும் நண்பர்களும் விளையாடிக் கொண்டிருந்தனர். கீர்த்தனா விளையாடியப்படியே நவினையும் பார்த்துக் கொண்டிருந்தாள்.

அதே நேரம் அந்த ஐந்து மாணவிகளும் கடற்கரைக்கு வந்திருந்தனர்.

ஜெனிபர் : "ஹேய் அங்க பாருங்கடி உலக அழகி சீ..! சீ..! கறுத்த அழகி"
எல்லோரும் சிரித்தனர்.

கீ.நண்பி 1 : "இதப்பாரு ஜெனிபர் இங்க வந்தா விளையாடிட்டு போ தேவயில்லாம அடுத்தவங்க மனச புண்படுத்துற மாதிரி பேச வேணாம்"
நிவேதா : "என்னடி ஓவரா பேசுற அப்படிதான்டி பேசுவோ என்ன பண்ணுவ"
கீ.நண்பி 2 : "என்னடி...! என்ன....?"
கீர்த்தனா : "விடுப்பா பேசினா பேசிட்டு போகட்டும்"
நிவேதா : "பாருங்கடி கறுத்த பேபிட பெருந்தன்மய" என்று சொல்லிவிட்டு மீண்டும் அவளை கொச்சைப்படுத்தியும் அவமானபடுத்தியும் திட்டினாள்.

நிவேதா : "காலேஜ் போனா எல்லாரு கீர்த்தனா நல்ல பொண்ணு..! கீர்த்தனா நல்ல பொண்ணு..! நல்லா படிக்கிறா மரியாதையான பொண்ணுனு கேட்டு என்னட உடம்பெல்லாம் என்னவெல்லாம் பண்ணுது எங்களவிட ஒரு மார்க் ஜாஸ்தியா எடுத்த அப்புறம் இருக்கு ஒனக்கு"
கீர்த்தனா : "நிவேதா அது அவங்கட உரிம படிப்பு விசயத்துல நீங்க தலையிடாதீங்க பிளீஸ்"
தேவி : "என்னடி எதுத்து பேசுற வாய ஒடச்சிடுவன்"
கீர்த்தனா : "தேவி நா எதித்து பேசல உள்ளத சொல்றன்"
மீண்டும் கீர்த்தனாவை கொச்சைப்படுத்தி பேசினார்கள்.

கீர்த்தனாவின் நண்பிகளும் திட்ட. திடிரென நிவேதா கீர்த்தனாவின் கன்னத்தில் அடித்துவிட்டு தண்ணீரில் தள்ளி விட்டாள். கீர்த்தனாவின் நண்பிகள் அவளை பிடித்துக் கொண்டனர்.

கீர்த்தனா : (அழுதவாறு) "கடவுள் தந்த நிறந்தான இது, இதுக்கு நான் என்ன செய்வன் சொல்லுங்க" என்று பரிதாமமாக அழத்தொடங்கினாள்.

அந்த 5 மாணவிகளும் திட்டி விட்டு சென்றனர்.

கீர்த்தனாவும் தேம்பி தேம்பி அழுதவாறு வீடு சென்றாள்.

அம்மா அப்பாவிடம் எதுவும் சொல்லாமல் அறைக்குள் சென்று கண்ணாடியில் முகத்தை பார்த்து

"இப்படி அவமானபடுறத்துக்கு நான் பொறந்தப்போவே சாக அடிச்சிக்கலாமே கடவுளே" என்று அழ தொடங்கினாள்.

சிறிது நேரத்தில் பொம்மையை அணைத்தவாறு அழுதுக்கொண்டே தூங்கினாள் அவளின் கண்ணீர் துளிகள் அந்த பொம்மையை நனைத்தன.

மறுநாள் வழமைப்போல காலேஜ் ஆரம்பமானது. அதிபர் வகுப்பறைக்கு வந்து இன்னும் இரண்டு நாட்களில் சுற்றுலா போவதாக அறிவித்தார்..!
சுற்றுலா பற்றி சொல்லி விட்டு அதிபர் வெளியே போனதும் கீர்த்தனாவின் நண்பி அதிபரிடம் அந்த 5 மாணவிகள் பற்றியும் அவர்கள் கீர்த்தனாவுக்கு செய்யும் தொந்தரவு பற்றியும் சொன்னாள்.

அதிபர் : "இத பாரும்மா அந்த பொண்ணுங்க பெரிய எடத்து புள்ளைங்க என்னால எதுவுமே பண்ண முடியாது ஏற்கனவே ஒரு பொண்ணுட அப்பா வந்து என்னய மெரட்டி இருக்காரு, கொஞ்சம் பொறுத்துதான் போகனும் காலேஜ்னா அப்படிதான் ராகிங் பண்ணதான் செய்வாங்க கொஞ்ச நாள்ல சரியாகிடும் புரியுதா"

கீர்த்தனாவின் நண்பி எதுவும் சொல்லாமல் கோவத்தில் சென்றாள்.

கீர்த்தனாவிடம் சென்று அதிபரிடம் சொன்னதை சொன்னாள்.
கீர்த்தனா : "எதுக்குப்பா நீ சொன்ன, அவசரப்பட்டு என்னதான் செய்ய பொறுமையாவே இருக்கலாமே அவங்களாவே ஒருநாள் செஞ்சது எல்லாம் தப்புனு தெரியவரும் போது அவங்களுக்கே புரியும், நாங்க எதுக்கு அவசரப்படனு"

நண்பி 1 : "அதுவும் சரிதான் அம்மா அப்பாகிட்ட சரி சொல்லாமே"
கீர்த்தனா : "அது எப்படிப்பா இப்பதான் நான் சந்தோசமா காலேஜ் போய்கிட்டு இருக்கன். நல்ல ப்ரண்ட்ஸ் இருக்காங்க. பொண்ணு எப்பயும் சிரிச்சிக்கிட்டு சந்தோசமா இருக்கானு அவங்க நினச்சிட்டு இருக்காங்க இப்ப போய் இத சொல்லி அவங்கட சந்தோசத்தையும் சிரிப்பையும் கெடுக்க சொல்லிறியாப்பா. எப்பயும் அம்மா அப்பா சந்தோசமா இருக்கனும் அது போதும்"

நண்பி 1 : "சரிப்பா ஏதோ சொல்ற நல்லாயிருக்கு என்னதான் உனக்குள்ள கவல இருந்தாலு அம்மா அப்பா கண் கலங்க கூடாதுனு நெனக்கிறியே இந்த மனசு எல்லாருக்கு வராதுப்பா"
பேசியப்படியே வகுப்பறைக்குள் சென்றனர்.

சுற்றுலா செல்லும் நாளும் வந்தது.
கீர்த்தனா : "அம்மா, அப்பா பொய்ட்டு வாரன்"
அம்மா : "கவனம்மா ரெண்டு நாள் எப்படிதான் இருக்க போரனோ உன்ன விட்டுட்டு"

அப்பா : "சரிம்மா பாத்து கவனமா இருந்துக்கனும், ரெண்டு நாள் நீ இல்லாம வீடே இருண்டு போன மாதிரி இருக்கும்" கீர்தனாவை கண்கலங்கியவாறு வழி அனுப்பி வைத்தனர்.

எல்லோரும் காலேஜில் நின்று கொண்டிருந்தனர்.

பஸ்ஸும் வந்தது எல்லோரும் சந்தோசமாக பயணத்தை ஆரம்பித்தனர்.

சில மணித்தியாலங்களின் பின் இடத்தை வந்தடைந்தனர்.

எல்லோரும் சிறிது நேரம் இளைப்பாறிவிட்டு கூடாரங்களை அமைக்க ஆரம்பித்தனர். அந்த ஐந்து மாணவிகளும் அவர்கள் மட்டும் இருக்க கூடாரம் அமைத்தனர். அதே போன்று எல்லோரும் கூடாரங்களை அமைத்துக் கொண்டிருந்தனர்.

நவின் : "மச்சி இந்த எடத்துல கட்டுவோன்டா"
கமல் : "எதுக்கு மச்சி இந்த எடத்துல அந்த பக்கம் கட்டலாம்டா"
வினோத் : "மச்சி அவ எதுக்கு இங்க கட்ட சொல்றா தெரியுமா கொஞ்சம் அங்க பாரு தீபிகாவு ப்ரண்ட்ஸு அங்கதான் கட்டுறாங்க அப்பதான இங்கயிருந்தே பாக்கலா அதுக்குதான்"
மைக்கல் : "நீ பாரு மச்சி நல்லா மச்சி"

எல்லோரும் கூடாரங்களை அமைத்து முடிய சூரியனும் மறைந்தது.

கீர்த்தனாவும் அவளுடைய பொம்மையுடன் அவளது நண்பிகளும் அங்கே இருக்கும் குளத்தின் அருகே மரத்தின் கீழ் இருந்து பேசிக்கொண்டிருந்தனர் கொண்டிருந்தனர்.

மற்ற குளத்தின் அருகே நவினும் நண்பர்களும் மீன் பிடித்துக் கொண்டிருந்தனர்.

கீர்த்தனா இங்கிருந்து நவினை பார்த்துக் கொண்டிருந்தாள்.
நண்பி 1 : "கீர்த்து என்னத்தப்பா அங்க பாக்குற"
கீர்த்தனா அவளின் மனதில் உள்ள அணைத்தையும் சொன்னாள்.
நண்பி 2 : "அடிக்கள்ளி அமைதியா இருந்து இந்த வேலையெல்லா பாத்து இருக்க என்னப்பா"
கீர்த்தனா சிரித்தாள்.

நண்பி 1 : "கீர்த்து நவின்ட போய் சொல்லலாம்தான"
கீர்த்தனா : "எப்படிப்பா சொல்றது நவின் என்னட முகத்தக்கூட சரியா பாத்தது இல்ல பின்ன எப்படிப்பா"
நண்பி 2 : "அப்ப எப்பதான் சொல்ல போற"
கீர்த்தனா : "ஊருக்கு போக முன்னாடி சொல்லுனு"
அப்படியே சிறிது நேரம் பேசிவிட்டு தூங்கச் சென்றனர்.

மறுநாள் அந்த இடத்தை கொஞ்சம் சுற்றி பார்த்து விட்டு கீர்த்தனாவும் நண்பிகளும் அதே இடத்தில் இருந்து பேசிக் கொண்டிருந்தனர்.

அப்போது அங்கே அந்த ஐந்து மாணவிகளும் வந்தனர்.
காவ்யா : "ஹேய் என்னடி பண்றிங்க இங்க போங்கடி நாங்க விளையாட போறோம்"
நண்பி 2 : "நாங்க எதுக்கு போகனு நீங்க விளையாடனுனா அந்த பக்கம் போங்க"
மாதவி : "ஓ...! அப்படியா" அந்த ஐந்து மாணவிகளும் குளத்தினுள் பாய்ந்து தண்ணீரை அள்ளி வீசினர் கீர்த்தனாவின் மீதும் நண்பிகள் மீதும்.

நண்பி 1 : "இந்தா பாருங்க இப்ப எதுக்கு சும்மா வீண் வம்பு பண்றீங்க"
தேவி : "ஹேய் நாங்க விளையாடுவோ குளிப்போ உங்களுக்கு என்னடி இங்க இருக்க முடியாட்டி வேற எகையாவது போங்கடி"

கீர்த்தனா : "நாங்க எதுவுமே பண்ணலயே எதுக்கு வீம்பு பண்றீங்க நாங்க அமைதியாதான பேசுறோ"
தேவி : "பாருங்கடி இவயெல்லா பேச ஆரம்பிச்சிட்டா காலேஜ்ல நல்ல பொண்ணுனு சொன்னா நீ என்ன பெரிய இவளா போடி உன்னட மூஞ்சிய பாக்கவே அருவருப்பா இருக்கு"

கீர்த்தனா : "தேவி இப்படி யாருக்கு மனசு நோகுறமாதிரி பேசாதீங்க ஏதோ நா பொறுமையா இருக்கன்..! எல்லாரு இப்படி இருக்க மாட்டாங்க" என்று சொல்லி விட்டு தனது பொம்மையை எடுத்துக்கொண்டு கூடாரத்துக்கு செல்ல தயாரானாள்.

தேவி வேகமா அவளை நோக்கி வந்து,
தேவி : "என்னடி மெரட்டுறியா" என்று அவளுடைய பொம்மையை பறித்து குளத்தினுள் தூரத்தில் வீசினாள். எறிந்து விட்டு கீர்த்தனாவையும் தள்ளி விட்டாள்.

கீர்த்தனா கீழே விழ கீர்த்தனாவின் நண்பிகள் தேவியை அடித்தனர். மற்ற மாணவிகளும் வந்து சண்டையில் ஈடுபட சக மாணவிகள் வந்து அவர்களை பிரித்து விட்டனர்.

கீர்த்தனா அந்த பொம்மையை பார்த்து அழுதுக்கொண்டிருந்தாள். அந்த பொம்மை குளத்தினுல் மூழ்கிப்போனது.

நண்பி 1 : "அழாத கீர்த்து"
கீர்த்தனா : (அழுதவாறு) "எனக்கு அப்பா ஆசையா வாங்கி தந்தது அது"
நண்பி 2 : "அழாதப்பா கீர்த்து வா போவோம்" என்று மூவரும் கூடாரம் நோக்கி நடந்தனர்.
இரவானது எல்லோரும் சாப்பிட்டு விட்டு உறங்கச் சென்றனர்.

கீர்த்தனா அந்த பொம்மையை நினைத்து உறங்காமல் அழுது கொண்டிருந்தாள்.

அவள் அழுது கொண்டிருப்பதை நண்பிகள் பார்த்தனர்.
நண்பி 1 : "ஹேய் கீர்த்து என்னப்பா இன்னுமா அத நெனச்சிட்டு இருக்க அழாம தூங்குப்பா பிளீஸ்" என்று சமாதனப்படுத்த கீர்த்தனாவும் உறங்கினாள்.

மறுநாள் காலையில் இடத்தை சுற்றிப்பார்க்க செல்ல தயாரானார்கள்.

எல்லோரும் காட்டுப்பகுதியினுல் சென்று சுற்றி விட்டு மலை ஒன்றின் மீது ஏறினார்கள்.

நவின் : "டேய் வேகமா ஏறுங்கடா"
வினோத் : "டேய் மச்சி..! ஒன்னட ஆளு வேற எங்கயு போக மாட்டா ஒன்னட முன்னால தான போறா மெதுவா ஏறலாம் என்ன"

நவின் : "மச்சி லவ் சொல்ல போறன்டா"
கமல் : "யாரு நீ லவ் சொல்ல..! கடல்ல அலை எல்லா ஓஞ்சிட்டுனு சொன்னா கூட நம்பிடுவன் ஆனா நீ லவ் சொல்ல போறனு சொல்றீயே அத மட்டும் நம்ப மாட்டன் மச்சி"

அவர்களுக்கு பின்னால் கீர்த்தனாவும் நண்பிகளும் நடந்து வந்தனர்.
நண்பி 1 : "கீர்த்து நவின் முன்னால தான போறாறு போய் பேசுப்பா"
கீர்த்தனா : "போப்பா எல்லாரு போறாங்க ஒரு மாதிரியா இருக்கு தனிய இருக்கும் போது சொல்றன்"
பேசிக்கொண்டே மலை உச்சியை அடைந்தனர்.

எல்லோரும் ஒவ்வொரு இடத்துக்கும் சென்று புகைப்படம் எடுத்துக் கொண்டனர்.

நண்பி 1 : "கீர்த்து அங்க பாருப்பா அந்த மரத்த ரொம்ப அழகா இருக்கு வா மூணு பேரும் போய் செல்பி எடுத்துக்கலாம்" அந்த மரத்தின் அருகே நின்று செல்பி எடுத்துக் கொண்டனர்.

ஒரு பாறையின் மேல் இருந்து நவின் தனியாக தீபிகாவை பார்த்துக் கொண்டிருந்தான்.

நண்பி 2 : "கீர்த்து நவின் தனியாதான் இருக்காரு போப்பா போய் சொல்லு"

கீர்த்தனா மெதுவாக தயங்கி அருகே சென்றாள்.

அவனின் பின்னால் நின்று அவனை அழைக்க முயற்சித்தாள். அதற்கிடையில் அவனின் நண்பர்கள் வந்தனர்.

மைக்கல் : "மச்சி தீபிகாவ பாத்துட்டு இருக்க போல"
நவின் : "அது எப்படி மச்சி சரியா சொன்ன"

வினோத் : "ஆமா இது பெரிய கண்டுபிடிப்புதான வேற ஏதாவது என்னட வாயிலயிருந்த வந்துற போகுது"
தினேஷ் : "சரி...! சரி...! எதுக்கு மச்சி கோவப்படுற"
வினோத் : "கடுப்பேத்துறார் மை லார்ட்"

அவர்கள் பேசுவதை கீர்த்தனா சிறிது நேரம் கேட்டாள்.

அப்போதுதான் புரிந்தது தீபிகாவை நவின் காதலிப்பது.

அப்படியே கவலையோடு நண்பிகளிடம் சென்றாள்.

நண்பி 2 : "என்னாச்சி கீர்த்து"
கீர்த்தனா நடந்தவற்றை கூறினாள். நண்பிகளும் எதுவும் சொல்ல முடியாமல் நின்றனர்.

நண்பி 1 : "கீர்த்து நீ போய் சொல்லியிருக்கலாமே அப்பதான தெரியும் தீபிகா நவின லவ் பண்ணுறாளா இல்லயானு தெரியும்"

கீர்த்தனா : "வேணாம்ப்பா நவின் தீபிகாவ லவ் பண்றாரு இப்ப நான் போய் சொல்லி அவர சங்கடப்படுத்த விரும்பல இன்னொருத்திய நெனச்சிக்கிட்டு என்னட லவ்வ எப்படி ஏத்துப்பாரு, அப்படி நான் போய் சொன்னாலும் என்னய எல்லாரு கருப்பா இருக்க அழகா இல்லனு சொல்றாங்க ஒரு வேல அதனால கூட வெறுக்கலாம் தானப்பா எப்பயும் போல நவின தூரத்தில இருந்து பாத்துக்கிட்டு இருக்கன் அது போதும்ப்பா"
என்று சொல்லி விட்டு மரத்தின் கீழ் அமர்ந்தனர்.

நண்பி 1 : "என்னப்பா இப்படி சொல்லிட்ட, என்னவோ எப்பயும் போல சிரிச்சிக்கிட்டு சந்தோசமா இரு கீர்த்து ஓகேயா"

கீர்த்தனா : "ம்ம்" என்றாள்.

மூவரும் பேசிக் கொண்டிருப்பதை தேவியும் ஜெனிபரும் பார்த்தனர்.

தேவி : "பாத்தியா ஜெனி, அவட மூஞ்சிய பாக்கவே கோவ கோவமா வருது அவள ஏதாச்சும் பண்ணனும் ஜெனி" என்று யோசித்தப்படி காவ்யா மாதவியிடம் போய் கீர்த்தனா இருவரையும் பற்றி தப்பு தப்பாக பேசுவதாக பொய் சொன்னனர்.

இதைக்கேட்டு கோபத்துடன் காவ்யாவும் மாதவியும் கீர்த்தனா அமர்ந்து இருக்கும் இடத்துக்குச் சென்றனர்.

மற்றவர்கள் எல்லோரும் கூடாரத்துக்குச் செல்ல தயாரானார்கள்.

காவ்யாவும் மாதவியும் கீர்த்தனாவின் அருகில் வந்து கீர்த்தனாவை அழைத்து எதுவும் கேட்காமல் அடித்து விட்டனர். உடனே அவளின் நண்பிகள்.
நண்பி 1 : "ஹேய் மாதவி என்னாச்சி ஒனக்கு லூசா நீ"
காவ்யா : "ஹேய் நீ வாய மூடுடி நீ யாருடி, இவ எப்படி எங்கள பத்தி தப்பு தப்பா பேசலா"
கீர்த்தனா : (கண் கலங்கியவாறு) "உங்கள பத்தி நா எதுவுமே பேசலயே"

மாதவி : "பொய் சொல்லாதடி உன்ன பத்தி தெரியாதா"
நண்பி 2 : "அவதான் சொல்றாதான எதுவுமே பேசலனு நாங்களும் கூடவேதான் இருக்கோ உங்கள பத்தி பேச நீங்க ஒன்னு பெரிய ஆட்கள் இல்ல"

காவ்யாவும் மாதவியும் கீர்த்தனாவை அவமானப்படுத்தி அசிங்கமாக திட்டினார்கள்.

கீர்த்தனாவின் நண்பிகள் மாதவியையும் காவ்யாவையும் அடித்துவிட்டனர். சண்டை பெரிதாக அங்கியிருந்த மாணவிகள் அவர்களை பிரித்து விட்டனர்.
மாதவி : "ஒங்கல சும்மா விடமாட்டன்டி" என்று சொல்லி விட்டு சென்றாள்.

மாலை அணைவரும் வீட்டிற்கு செல்ல தயாரானார்கள்.
கீர்த்தனா வீட்டை வந்து அடைந்ததும் அம்மா அப்பா அவளை அணைத்துக் கொண்டனர்.

அப்பா : "இப்பதான் வீட்டுக்கே வெளிச்சம் வந்த மாதிரி இருக்குது"
எல்லோரும் சாப்பிட்டு விட்டு உறங்கச் சென்றனர்.

மறுநாள் காலையில் வழமைப்போல காலேஜ் சென்றாள்.

வகுப்பறையில் நண்பிகளோடு உட்கார்ந்து சுற்றுலா பற்றி பேசிக் கொண்டிருக்கையில் வகுப்புக்கு ஆசிரியர் ஒருவர் வந்து கீர்த்தனாவின் நண்பிகள் இருவரையும் அதிபர் வர சொன்னாதாக சொன்னார். இருவரும் அதிபரின் அறைக்குச் சென்றனர்.

அதிபர் அந்த மாணவிகளை காலேஜிலிருந்து நீக்குவதாக கடிதம் கொடுத்தார்.

இருவரும் காரணம் கேட்க அதிபர் எதுவும் பேசாமல் மறுத்து அவர்களை வெளியே போக சொன்னார்.

அவர்கள் வெளியே வரும் போது வாசலில் மாதவியும் காவ்யாவும் வாசலில் நின்று கொண்டிருந்தனர்.
மாதவி : "நா சொன்னன்ல சும்மா விடமாட்டன்னு போ.....! போங்கடி"
என்று திமிறாக பேசி விட்டு சென்றனர்.

மாதவி தன் அப்பாவிடம் சொல்லி அவளின் அப்பா அதிபரை மிரட்டி இருவரையும் நீக்க வைத்ததாக ஒரு மாணவி இவர்களிடம் கூறினாள்.

நடந்தவற்றை கீர்த்தனாவிடம் கூற மூவரும் அழுதனர். சிறிது நேரத்தில் நண்பிகள் இருவரும் காலேஜிலிருந்து வெளியேறினார்கள்.

அந்த ஐந்து மாணவிகளும் கீர்த்தனாவின் அருகில் வந்து,
நிவேதா : "ஐயோ...! பாவம்"
தேவி : "கீர்த்து குட்டிட உயிர் நண்பிகள் பறந்து பொய்ட்டாங்க"
ஜெனிபர் : "இனி எப்படி இங்க இருக்க போறனு பாக்குறோ"
காவ்யா : "இங்க நாங்கதா எல்லாமே எங்களுக்கு கீழதான் எல்லாரு இருக்கனு படிக்கிறதிலும் சரி"
கீர்த்தனா : "படிப்பு விஷயத்துல நீங்க தலயிடாதீங்க புரியுதா"
மாதவி : "என்னடி மெரட்டி பேசுற..! தலயிடக்கூடாதா ஓகே....! ஓகே...! பாக்கலா, வாங்கடி" என்று சொல்லி விட்டு சென்றனர்.
சில நாட்கள் கழித்து பரிட்சை ஆரம்பமாகி ஒரு சில நாட்களில் முடிவடைந்து பரிட்சை புள்ளிகளும் வந்தது.

அதில் கீர்த்தனா முதல் இடம் பெற்றால் அந்த ஐந்து மாணவிகளும் அடுத்தடுத்து இடங்களை பெற்றனர்.

இதனால் ஒவ்வொரு பரிட்சையிலும் வருடாந்த பரிட்சையிலும் முதன்மை புள்ளி பெறும் மாணவிகள் இம்முறை கீர்த்தனா முதன்மை புள்ளி எடுத்ததால் வகுப்பில் உள்ள மாணவிகள் மற்றும் ஆசிரியர்கள் அணைவரும் கீர்த்தனாவை புகழ்ந்தனர்.

அத்தோடு சில மாணவிகள் அந்த ஐந்து மாணவிகளையும் ஜாடையாக கேலி செய்து "எல்லாம் பணத்திமிரு" என பேசினார்கள்.

அந்த ஐந்து மாணவிகளும் அவமானத்தில் உச்ச கட்ட கோபத்தில் இருந்தனர்.

ஜெனிபர் : "அவள சும்மா விட கூடாதுடி காலேஜில இருந்தே வெரட்டனும்"
அந்த சமயம் கீர்த்தனா பாத்ரூம் நோக்கி சென்றாள்.

அந்த ஐந்து மாணவிகளும் அவள் பின்னால் சென்று உள்ளே சென்றனர். அதே நேரம் பாத்ரூமில் யாரும் இருக்கவில்லை.

மாதவி : "ஏன்டி..! ஒன்னால எங்களுக்கு எவ்ளோ அவமானம்"
கீர்த்தனா : "நா..! என்ன பண்ணன் மாதவி"
தேவி : "ஒன்னால தாண்டி நாங்க அவமானபட்டோ"
கீர்த்தனா : "இத பாருங்க அது என்னட டேலன்ட்..! எனக்கு படிச்சி பெரிய ஆளா வரனும்னு கனவு சோ..! நா நல்லா படிச்சாதான் அது சாத்தியம். அதனால நீங்க என்ன படிக்க வேணானு சொல்ல ரைட்ஸ் இல்ல"

காவ்யா : "நிறுத்துடி நாங்க சொல்றத கேட்டு எல்லாரு நடந்துக்குறாங்க ஏன் தெரியுமா எங்கட பேக்ரௌண்ட், பணம் அதனால"
கீர்த்தனா : "வேணும்னா நீங்க பணத்த கொடுத்து எத வேணும்னாலும் வாங்குங்க தயவு செஞ்சி என்னட படிப்புல தலயிடாதீங்க" என்று சொல்லி விட்டு வெளியே செல்ல முற்பட்டாள்.

காவ்யா : "ஹேய் கீர்த்தனா நில்லு எங்க போற? நீ நல்லா படிக்கிற நல்ல பொண்ணுனு அதனால நாங்க பொறாமையில ஒன்ன டார்ச்சர் பண்றம்னு நெனச்சியா அது மட்டுமில்ல இன்னவொரு ரீசன் இருக்கு"
கீரத்தனா : "என்ன சொல்றீங்க"
காவ்யா : "அது இருக்கட்டு நீ இதுக்கு முன்னாடி இருந்த ஊர்ல இருந்து எதுக்கு இங்க வந்த"

கீர்த்தனா : "அப்பா வேல பண்ண கம்பனிய கிளோஸ் பண்ணதால அப்பாக்கு இங்க வேல ஒன்னு கெடச்சிது அதுதா இங்க வந்தோ இப்ப இது எதுக்கு உங்களுக்கு"
தேவி : "எதுக்கா..! அடியே..! கம்பனிய கிளோஸ் பண்ணாங்கனு சொன்னியே குளோஸ் பண்ணல சீல் வச்சிட்டிங்கா அதுவு ஒங்க அப்பாவால"
கீர்த்தனா : "எங்கப்பாவா என்ன புதுசா கத சொல்லிறிங்க"

ஜெனிபர் : "என்னது கத சொல்றம்மா, எங்க 5 பேருட அப்பாவு ஒன்னா சேர்ந்து கம்பனி ஸ்டார்ட் பண்ணாங்க நல்லாதான் பொய்ட்டு இருந்திச்சி திடிர்னு கம்பனிய சீல் வச்சி மூடிட்டாங்க அப்புற காரணம் யாருனு பாத்தா உங்க அப்பா. ஒங்க அப்பாதான் கம்லைன்ட் பண்ணி சீல் பண்ண வச்சிட்டாரு நீ காலேஜ் ஜாயின் பண்ணி 2வது நாளே இது எங்களுக்கு தெரியு"

காவ்யா : "என்ன முழிக்குற எப்படி தெரியும்னு பாக்குறியா எங்கப்பா போன்ல ஒன்னட பேமிலி போட்டோவ பாத்துட்டு இருந்தாரு அப்பதா கேட்டன், எல்லாத்தையும் சொன்னாரு அப்புறம்தான் உங்க அப்பா இங்க ஓடி வந்துட்டாரு"
கீர்த்தனா அதிர்ச்சியில் உறைந்து நின்றாள்.

காவ்யா : "அது மட்டுமா காலையில வரும் போதே அப்பாக்கிட்ட சொல்லிட்டன் நீ இங்க படிக்கிறதையு இந்த ஊர்ல இருக்குறதையு இப்பக்கூட எங்கப்பா HM ரூம்லதா இருக்காரு என்ன நடக்குமோ தெரியல, முக்கியமா உங்க அப்பாவ பாத்துக்கோ"

உடனே அவர்களை தள்ளிவிட்டு அதிபர் அறையை நோக்கி ஓடினாள்.

அதிபர் அறையின் உள்ளே சென்றாள்.
அதிபர் : "வா..! கீர்த்தனா உன்ன பாக்கனும்னுதா இருந்த நீயே வந்துட்ட"
கீரத்தனா : "சார்"
அதிபர் : "ஒன்ன சஸ்பன்ட் பண்ற"

கீர்த்தனா : "எதுக்கு சார்...! நா என்ன தப்பு பண்ண சார்..! புரியுது காவ்யாட அப்பா சொல்லிதா இப்படி பண்றீங்க எதுக்கு சார் அடுத்தவங்கட கனவுலயும் வாழ்க்கையிலு விளையாடுறிங்க, எதுக்கு சார் அவங்களுக்கெல்லாம் பயப்புடுறிங்க இப்பதா புரியுது என்னட ப்ரன்ட்ஸையு இப்படிதா சஸ்பன்ட் பண்ணிருக்கிங்க"

அதிபர் : "இத பார் அவங்களாலதான் இந்த காலேஜே நடக்குது அவங்க எல்லா பெரிய பணக்காரங்க அவங்கள

பகைச்சிக்கிட்டு என்னால வாழ முடியாது பணமும் சம்பாதிக்க ஏலாது சோ நீ போகலா"
கீர்த்தனா : "என்ன சார் பணம்..! பணம்..! எதுக்கெடுத்தாலு பணம், பணமா சார் முக்கியம்?"
அதிபர் : "எனக்கு பணந்தா முக்கியம் நீ போகலாம்"

கீர்த்தனா அழுதபப்படி காலேஜிலிருந்து வெளியேற அந்த ஐந்து மாணவிகளும் கேலியாக சிரித்தனர்.

மனம் நொந்து போய் கீர்த்தனா வீட்டை நோக்கி நடந்தாள்.

வீட்டை அடைந்ததும்,
அம்மா : "என்னம்மா நேரத்தோட வந்துட்ட என்னாச்சிம்மா" கீர்த்தனா அழ ஆரம்பித்தாள்.
அப்பா : "கீர்த்து ஏம்மா அழுற என்னாச்சிடா"

"அத நா..! சொல்ற" என்று வாசலில் இருந்து குரல் கேட்டது.

கீர்த்தனாவின் அப்பா அதிர்ச்சியில் உறைந்தார்.

வாசலில் அந்த ஐந்து மாணவிகளின் அப்பாக்களும் சில அடியாட்களும் நின்றனர்.

காவ்யா அப்பா : "என்னப்பா செல்வா..! எப்படி இருக்க பாத்து ரொம்ப நாளாகிட்டு ரொம்ப சந்தோசமா இருக்க போல இந்த ஊர்ல"

ஜெனிபர் அப்பா : "ஏன்டா எங்களுக்கு கோடி கணக்குல நஷ்டத்த கொடுத்துட்டு நீ இங்க வந்து சந்தோசமா இருக்க என்ன?"
மாதவி அப்பா : "இப்படி இருக்க கூடாதே"

காவ்யா அப்பா : "உன்..! பொண்ணு ஏ..! அழுறா தெரியுமா காலேஜிலயிருந்து சஸ்பன்ட் பண்ணிட்டாங்க பாவம் நல்லா படிக்கிற பொண்ணு"

நிவேதா அப்பா : "எங்க கம்பனில நாங்க போத பொருள் கடத்துனா என்ன? என்ன பண்ணா உனக்கு என்னடா..? மாசோ மாசோ சம்பளோ வருதுதான அப்ப மூடிக்கிட்டு இருக்கனு அதவிட்டுட்டு போலிஸ்ல கம்லைன்ட் பண்ணி கோட்டுக்கு போயி கம்பனிய சீல் வச்சிட்ட எங்களுக்கு கோடி கணக்குல லாஸு, ஆனா நீ ஊருவிட்டு வந்து பெமிலியோட ஹேப்பியா இருக்க"

கீர்த்தனா அப்பா : "இந்தா பாருங்க சார் நீங்க செய்ற தப்புக்கு நா..! உடந்தையா இருக்க விரும்பல அங்க வேல செய்ற அப்பாவி மக்கள்ட எதிர்காலம் அவங்க புள்ளைங்கட எதிர்காலம் நல்ல இருக்கனும்னுதா பண்ணன்"

தேவி அப்பா : "அப்ப எங்களுக்கு கோடி கணக்குல லாஸ் ஆனது பெருசு இல்ல"

கீர்த்தனா அப்பா : "இத பாருங்க சார் நீங்க தப்பான வழில சம்பாதிக்கிறிங்க அதுக்கு அப்பாவி தொழிலாளர்கள பணயம் வைக்கிறது நல்லது இல்ல அதுதா இப்படி பண்ணன்"

காவ்யா அப்பா : "அட இவரு பெரிய காந்திஜி, நேத்தாஜி, உன்னைய இவ்வளவு நாள் விட்டு வச்சதே பெரிய விஷயம் டேய் ஒருத்தரையு விடாதீங்க போடுங்கடா"

அடியாட்கள் எல்லோரயும் வெட்டுவதற்காக சென்றனர்.

கீர்த்தனாவின் அப்பா இயன்ற அளவு அவர்களை அடித்து கீர்த்தனாவையும் அம்மாவையும் பாதுகாத்து கொண்டிருந்தார்.

கீர்த்தனாவின் அப்பாவின் பின்னால் வந்து காவ்யாவின் அப்பா அவரை கத்தியால் குத்தினார்.

அப்பா கீழே விழ மூவரையும் சரமாரியாக வெட்டினார்கள்.

அவர்கள் இறந்த பிறகு அவர்களின் அறையில் வைத்து எரித்து விட்டனர். எரித்து விட்டு அந்த அறையை பூட்டி விட்டு சென்றனர்.

வெளியே அந்த 5 மாணவிகளும் காருக்குள்ளேயே இருந்தனர்.

இதை தட்டி கேட்க யாருமே இருக்கவில்லை.
சிறிது நேரத்தில் எல்லோரும் சென்றனர்.

அந்த வீடும் அப்படியே இருந்தது.
இப்படி சம்பவம் நடந்ததாக யாருக்குமே தெரிந்திருக்கவில்லை.

சில மாதங்கள் கடந்தன.

ஒருநாள் தீபிகாவும் நண்பிகளும் அவளின் நண்பி வீட்டுக்கு சென்றனர் அந்த நண்பியின் வீடு கீர்த்தனாவின் வீட்டுக்கு சிறிது தூரத்திலேயே உள்ளது.

தீ.நண்பி : "ஹாய் வாங்கடி" என்று அழைத்து சாப்பிட்டு விட்டு பேசிக் கொண்டிருந்தனர்.

தீபிகா ஜன்னலின் அருகே உட்கார்ந்து கொண்டிருந்தாள்.
தீபிகா : "ரஞ்சனி யாருட வீடுப்பா அது காடு வளந்து போய் இருக்கு யாருமே இல்லயா அங்க"

ரஞ்சனி : "இல்ல தீபிகா, ரொம்ப காலமா இப்படிதா இருக்கு யாருமே இல்ல"
தீபிகா : "எங்க போனாங்க"
ரஞ்சனி : "தெரியல யாரு இருந்தாங்கனு கூட ஞாபகம் இல்ல"

தீபிகா : "அழகான வீடுப்பா எப்படிதான் மனசு வந்துச்சோ தெரியல இந்த வீட்ட விட்டு போக"
ரஞ்சனி : "ஆமா தீபிகா அழகான வீடு"
தீபிகா : "ஹேய் எல்லாரு போய் பாக்கலாமா அங்க"
நண்பி : "போப்பா பயமா இருக்கு பாழடஞ்சி வேற இருக்கு"
தீபிகா : "என்னடி இந்த காலத்துல போய் பயந்துகிட்டு நீ வராட்டி போ நாங்க போறோ என்ன ரஞ்சனி"

"சரி நானு வாரன்" என்று சொல்லி எல்லோரும் ரஞ்சனி வீட்டு பின்னால் உள்ள வழியால் சென்றனர்.

அந்த வழியில் நிறைய மரங்கள் முழங்கால் அளவு செடிகளும் வளர்ந்து இருந்தன.

எல்லோரும் வீட்டு வாசலை அடைந்து எல்லோரும் உள்ளே சென்றனர்.

தீபிகா : "ஹேய் அங்க பாருங்கடி நிறைய புக் எல்லாம் இருக்கு பட் எல்லாத்தையும் எலி கடிச்சி வச்சிருக்கு"
ரஞ்சனி : "ஆமா இங்க பாரு நிறைய டிரெஸ் எல்லாம் இருந்திருக்குப்பா"
நண்பி 2 : "வீட்டுக்கு தேவையான பொருள் எல்லாமே இருக்கு இதவிட்டுட்டு எங்க போனாங்க"

எல்லோரும் பேசிக் கொண்டே இருக்க தீபிகா இன்னொரு அறைக்கு சென்றாள் அந்த அறை பூட்டி இருந்தது.

அதை விட்டு விட்டு மற்ற பக்கம் வந்தாள் ஒரு மூலையில் சாவி ஏதோ இருந்தது.

அதை எடுத்து அந்த அறையின் பூட்டில் இட்டு பார்த்தாள் அறை திறந்தது. திறந்த உடனே வெளியே காற்று பலமாக வீச ஆரம்பித்தது.

ரஞ்சனி : "என்னங்கடி காத்து இப்படி வீசுது வாங்கடி போய்டலாம் தீபிகா எங்க"

தீபிகா உள்ளே சென்றாள். ஒரு மூலையில் குவிந்த நிலையில் சாம்பல் கிடந்தது.

திடிரென கதவு ஜன்னல் அடிக்க ஆரம்பித்தது தீபிகா பயத்தில் அறையை விட்டு வெளியே ஓடமுறப்படும் போது கால்தவறி வாசலின் அருகில் உள்ள சாம்பலில் விழுந்தாள்.

உடனே நண்பிகள் அங்கே வர
ரஞ்சனி : "தீபிகா என்னாச்சி"
தீபிகா : "கால் தவறி விழுந்துட்டப்பா இந்த ரூம்ல சாம்பல் கெடக்குது என்னவோ தெரியல ஒரு வித்தியாசமான வாட வருது"
நண்பி 3 : "எந்த சாம்பலோ தெரியல வாங்கடி போகலா பயமா இருக்கு" என்று எல்லோரும் அந்த வீட்டை விட்டு வெளியேறினர். காற்றும் நின்றது.

நண்பி 4 : "என்ன சாம்பலோ தெரியல ஒனக்கு எல்லாமே விளையாட்டுதான்"

தீபிகா : "என்னவோ தெரியல பீரோ கட்டில் எல்லா எரிஞ்சி கெடந்திச்சி அந்த சாம்பலா இருக்கும் சரி வாங்கடி போகலா" என்று ஆட்டோவில் ஏறி நண்பிகளோடு சென்று அவள் வீட்டில் இறங்கி உள்ளே சென்றாள்.

தீபிகா அம்மா : "என்னடி இது டிரெஸ் உடம்பு எல்லா சாம்பல் மாதிரி இருக்கு"
தீபிகா : "விளையாடிக்கிட்டு இருக்கும் போது விழுந்துட்டன்ம்மா" என்று சொல்லிவிட்டு பாத்ரூம் நோக்கி சென்றாள்.

அவள் குளிக்கும் போது அவளின் உடம்பில் உள்ள சாம்பல் நீரோடு சென்றது.
இரவானது
தீபிகா சாப்பிட்டு விட்டு தனது அறைக்கு உறங்கச் சென்றாள்.

அங்கே பாத்ரூமில் நீர் வெளியேறிய இடத்திலிருந்து ஒரு வித கறுப்பு வெள்ளை நிறத்திலான புகை வெளிவந்து கொண்டிருந்தது.

சிறிது நேரத்தில் பாத்ரூம் முழுவதும் அந்த புகை நிறைந்தது பாத்ரூமில் உள்ள பொருட்கள் சட சடவென ஆட ஆரம்பித்தன.

பாத்ரூம் கதவு மற்றும் சிறிய ஜன்னலும் திறந்து பட படவென அடிக்க ஆரம்பித்தது. அந்த சத்தத்தில் தீபிகாவின் அம்மா விழித்து பாத்ரூம் நோக்கி நடந்து வந்து பாத்ரூம் கதவை தொட்டவுடன் அந்த புகையெல்லாம் வந்த வழியால் சென்று மறைந்து போனது. "இந்த தீபிகா குளிச்சா கதவு ஜன்னல அடச்சிச்சிட்டு போகமாட்டா" என்று மனதுக்குள் திட்டி விட்டு சிறிய ஜன்னலயும் கதவையும்

அடைத்துச் சென்றாள். அவள் சென்றவுடன் மீண்டும் அந்த புகை பாத்ரூமை சூழ்ந்துக் கொண்டது.

மறுநாள் காலையில் தீபிகா குளிக்க பாத்ரூம் சென்று குளித்துக் கொண்டிருக்கையில் அவளுக்கு பின்னால் நீர் செல்லும் அதே இடத்திலிருந்து புகை வந்து கொண்டிருந்தது அப்படியே வெளிவந்த புகை கறுப்பு உருவமாக மாறி அவளின் பின்னால் நின்றது. திடிரென தீபிகா கண்ணாடியை நோக்கினாள் ஏதோ ஒரு உருவம் நிற்பது போல் இருக்க சட்டென்று திரும்பினாள்.

திரும்பிய உடனேயே அவளின் உடலினுள் அந்த உருவம் புகுந்துக்கொண்டது.

குளித்து விட்டு வெளியே வந்த தீபிகா வழமைப்போல சாப்பிட்டுவிட்டு காலேஜ் சென்றாள். காலேஜ் வாசலில் நுழையும் போதே நவினும் நண்பர்களும் இருந்ததை பார்த்துக் கொண்டே வந்தாள். நவின் பார்க்கும் பொழுது அருகில் உள்ள நண்பியோடு பேசிக்கொண்டு சென்றாள். வகுப்புக்குச் சென்று புத்தக பையை வைத்து விட்டு வெளியே சென்றாள். அங்கே ஜெனிபர் பாத்ரூக்கு செல்வதை கண்டவுடன் அவளின் கண்களில் ஏதோ ஒரு மாற்றம் கண்கள் சிவப்பு வர்ணத்தில் மாறிப்போயின. தீபிகாவும் பாத்ரூம் நோக்கி சென்றாள். பாத்ரூமில் காலை வேளையில் யாரும் இருக்கவில்லை. ஜெனிபரும் உள்ளே செல்ல தீபிகாவும் உள்ளே வந்ததும் பாத்ரூம் கதவு மூடிக்கொண்டது.
ஜெனிபர் : "ஹேய் மெதுவா மூடுடி கதவ"
தீபிகா முறைத்து பார்த்தாள்.
ஜெனிபர் : "என்னடி மொறக்கிற"
என்று சொன்னவுடன் தீபிகாவின் முகம் அப்படியே கீர்த்தனாவின் முகம் போல் உருமாறியது. ஜெனிபர்

பயத்தின் உச்சக்கட்டத்தில் இருந்தாள் அவளால் பேசவும் முடியாமல் திணறினாள்.
ஜெனிபர் : "கீகீகீ...!ர்....!த்...! ப்ளீஸ்...!ப்ளீஸ்...!"

அவளை பேச விடாமல் தீபிகா அவளின் கழுத்தை இருக்க பிடித்து தலையை சுவரின் மீது பலமாக அடித்து வாய், மூக்கு, கண், காதுகளிலிருந்து இரத்தம் வரும் வரை கடுமையாக துன்புறுத்தி கொலைசெய்து விட்டு

பாத்ரூமிலிருந்து வெளியேறினாள் யாரும் அறியாத வண்ணம்.

சிறிது நேரத்தில் பாத்ரூம் அருகில் அனைவரும் திரண்டனர் போலிசாரும் வந்தனர். தீபிகா நண்பர்களோடு ஓரமாக நின்று பயத்தில் பார்த்துக் கொண்டிருந்தாள். சிறிது நேரத்தில் காலேஜிலிருந்து மாணவர்கள் எல்லோரையும் வீடுகளுக்கு செல்ல சொன்னார்கள். எல்லாரும் வீடுகளுக்கு சென்றனர்.

மாலை நேரமாக தீபீகா வீட்டிற்கு அவளது நண்பிகள் வர அம்மாவிடம் சொல்லிவிட்டு கடற்கரைக்குச் சென்றாள். அங்கே சென்று நண்பர்ளோடு கடலோரமாக நடந்தாள் பிறகு நவினோடும் பேசிவிட்டும் சென்றாள் சிறிது தூரம் சென்றதும் காலேஜின் முன்னால் அதிபர் கடலோரம் இருந்து சிரித்தப்படி போன் பேசிக் கொண்டிருந்தாள். இதை பார்த்த தீபிகாவுக்கு கண்கள் சிவப்பு வர்ணமாக மாற ஆரம்பிக்க அதை வெளிக்காட்டாமல் நண்பிகளை அழைத்து சென்று ஒரு கடையின் அருகில் "ப்ரண்ட்ஸ் என்ன வேணுமோ ஆடர் கொடுங்க என்னட பழைய ப்ரண்ட் ஒருத்தி இருக்கா பேசிட்டு வன் மினிட்ல வாரன்" என்று சொல்ல நண்பிகளும் சரி என்று சொன்னார்கள். தீபிகா அந்த முன்னாள் அதிபர் இருக்கும் இடத்தை நோக்கி சென்றாள். அவரின் அருகில் சென்று,

தீபிகா : "ஹாய் சார்!"
மு.அதிபர் : "ஹாய் யாருமா நீ"
தீபிகா : "என்ன தெரியலயா சார்"
மு.அதிபர் : "ம்ம்..! இல்லம்மா தெரியல"

"சார்...! இப்ப தெரியுதா..!" அந்த அதிபர் அதிர்ச்சியில் உறைந்தார். தீபிகாவின் உருவம் கீர்த்தனாவின் உருவமாக மாறியது அந்த சமயம் அந்த இடத்தில் ஒரு சிலரே நடமாடினர்.

அதிபர் பயந்து ஓடினார். திடிரென கடலலை அடிக்கும் இடத்தில் கால் இடறி கீழே விழ அவரின் கால்களை இழுத்து கொண்டு கடலில் மூழ்கடித்து கொன்றாள் தீபீகா.

சிறிது நேரத்தில் நண்பிகளோடு சேர்ந்து அந்த கடையில் சாப்பிட்டு விட்டு வீடு செல்ல தயாரானார்கள்.
எல்லோரும் வீடுகளுக்கு சென்ற பின்னர் 11.30 மணிக்கு தீபிகா திடிரென தலைவிரி கோலமாக எழும்பி கீர்த்தனா வீட்டை நோக்கி நடந்தாள். கடற்கரை ஓரம் வந்ததும் நவினும் நண்பர்களும் செல்வதை கண்டு பின்னாலேயே சென்றாள். திடிரென மழை பலத்த காற்று மின்னல் வெட்ட ஆரம்பித்தது. அவர்கள் செல்லும் வழி காடாக காட்சியளித்தது பின்னால் தீபிகா வருவது தெரியாமல்

அவர்களும் பேசிப் பேசி சென்று கொண்டிருந்தனர்.

திடிரென மழை உரத்து பெய்ய ஒரு வீட்டில் ஒதுங்கி கொண்டனர் அது கீர்த்தனாவின் வீடு கீர்த்தனாவை எரித்த அறையில் உட்கார்ந்து கொண்டு தீபிகா அழுது கொண்டிருந்தாள். சிறிது நேரத்தில் தீபிகா அங்கிருந்து செல்ல மழையும் ஓய்ந்து வானமும் தெளிவாக மீண்டும் சென்றனர் வழமையான பாதையும் வந்தது.

மறுநாள் காலேஜ் முடிந்து சில மாணவிகள் கடற்கரை வந்து கடலில் இறங்கி விளையாடிக் கொண்டிருந்தனர். எல்லோரும் விளையாடிக் கொண்டிருக்கையில் நிவேதாவின் பின்னாலிருந்து நீருக்குள்லிருந்து தீபிகா எழும்பினாள். திடிரென நிவேதா திரும்பினாள்.

நிவேதா : "ஹேய் நீ..! எங்க காலேஜ் பொண்ணுதான எப்படி நீ இங்க வந்த"

தீபிகா : "நான் ரொம்ப நேரமா இங்கதான் விளையாடிட்டு இருக்க"

நிவேதா எதுவும் சொல்லாமல் நண்பிகளோடு விளையாடி கொண்டிருக்கையில் அவளின் காலை யாரோ இழுப்பது போல் இருக்க "ஆ" என்று கத்தி விட்டாள். நண்பிகள் "என்னாச்சி நிவேதா" என்று கேட்டார்கள் அவளும் பதில் சொல்ல "ஏதாவது மீன் கல்லா இருக்கும் என்று சொன்னர். நிவேதா தீபிகாவை கடலில் பார்த்தாள் காணவில்லை. ஆனால் கரையில் உட்கார்ந்து கொண்டிருந்தாள்.

திடிரென பெரிய அலை ஒன்று வர கடலுள்ளே இருந்து எல்லோரும் கரையை நோக்கி ஓடினர். ஓடும்போது நிவேதா கீழே விழ அலையோடு வந்து நிவேதாவின் கையை யாரோ இழுத்து சென்றனர். சிறிது தூரம் இழுத்துச் சென்று ஒரு பாறையின் மேல் வீசப்பட்டாள். வீசப்பட்டவள் விழித்து பார்த்தாள் தீபிகாவின் உருவம் கீர்த்தனாவின் உருவமாக மாறுவதை கண்டு பயத்தில் நடுநடுங்கினால் "கீர்த்தனா என்ன விட்டுடு மன்னிச்சிடு" தீபிகா எதுவும் பேசாமல் அவளின் தலையை பாறையின் அடித்து பெரிய அலையோடு சேர்த்து கடலினுள் வீசினாள் சிறிது நிமிடத்தில் நிவேதாவின் உடல் கரையொதுங்கியது.

இரண்டு நாட்கள் கழித்து,

நவினும் நண்பர்களும் வினித் என்ற நண்பனின் வீட்டிற்கு பார்ட்டி ஒன்றுக்காக வந்திருந்தனர்.

பார்ட்டி எல்லாம் முடிந்து வீதியில் நின்று அணைவரும் பேசிக்கொண்டிருக்கும் போது பக்கத்தில் இருந்த பெரிய

மரத்தின் கீழ் தீபிகா உருவில் கீர்த்தனா அவர்களை பார்த்துக் கொண்டிருந்தாள்.

சுற்றுலா செல்லும் நாளும் வந்தது அணைவரும் அந்த இடத்தை வந்தடைந்தனர். கூடாரம் எல்லாம் கட்டுவதற்காக எல்லாரும் தயார் செய்து கொண்டிருந்தனர். தீபிகா அந்தகுளத்தின் அருகில் சென்று குளத்தையே பார்த்துக் கொண்டிருந்தாள். திடிரென நண்பி ஒருத்தி அவளை தட்டி அழைக்க சுயநினைவுக்கு வந்து திரும்பினாள்.

"வா போவோம், இங்க என்ன பண்ற" என்று அவளை அழைக்க. இருவரும் கூடாரம் நோக்கி செல்ல தீபிகாவின் உடலில் உள்ள கீர்த்தனா ஆவி வெளியில் வந்து அந்த மரத்தின் மேல் சென்றது. தீபிகாவை விட்டு செல்லும் போது அவளை அறியாமலேயே தலை சுற்றியது.

நண்பி : "என்ன தீபிகா"

தீபிகா : "இல்ல தல சுத்துறமாதிரி இருந்துச்சி"

நண்பி : "டிராவல் பண்ணது தான அதுவாயிருக்கு வா மாத்திர போட்டுக்கு"

மாலைநேரம் வந்தது.

நவினும் தீபிகாவும் பேசிக்கொண்டு மீன் பிடித்துக் கொண்டிருக்க அந்த மரத்திலிருந்து கீர்த்தனாவின் ஆவி கருப்பு உருவமாக அவர்களை பார்த்துக் கொண்டிருந்தது.

இரவானது,

தேவியும் நண்பிகளும் கூடாரத்தில் சத்தமாக சிரித்துக் கொண்டு பேசிக்கொண்டு இருந்தனர்.

தேவி : "இருங்கடி பாத்ரூம் பொய்ட்டு வாரன்" என்று சொல்லி விட்டு வெளியே வந்தாள்.

பாத்ரூம் சென்று வெளியே வரும் போது குளத்தில் ஏதோ மிதப்பதை கண்டாள்.
"என்னது அது யாரு சரி எதையாவது மிஸ் பண்ணிட்டாங்களா" என்று எண்ணிக் கொண்டு அருகில் சென்றாள். அங்கே பொம்மை ஒன்று மிதந்துக் கொண்டிருந்தது.
"இது பொம்மி பொம்மையாச்சே இத நான்தான அவகிட்ட இருந்து புடுங்கி வீசுனன் இன்னுமா இங்க இருக்கு" என்று திரும்பினாள் அவளின் பின்னால் தீபிகா நின்று கொண்டிருந்தாள். சட்டென்று பயந்து போனாள் தேவி.

தேவி : "ஹேய் நீ என்னடி இங்க பண்ற"
தீபிகா : "என்னட பொம்மிய எடுத்து தா"
தேவி : "வட்?..! ஒன்னட பொம்மியா என்ன ஒலர்ற"
தீபிகா : "என்ன யாருனு தெரியலயா" அப்படியா தீபிகா உருவம் கீர்த்தனா உருவாக மாறியது.

தேவி : "கீர்த்.....! த.....!" என்று சொல்லும் போது அவளை குளத்தினுல் இழுத்துச் சென்று அந்த பொம்மை மூழ்கிய இடத்தில் வைத்து மூழ்கடித்தாள் உடனே அந்த பொம்மை தேவியை குளத்தின் உள்ளே இழுத்துச் சென்றது.

எல்லோரும் தேவியை தேட ஆரம்பித்தனர். தீபிகா குளத்தின் அருகில் தலைவிரி கோலமாக நின்று கொண்டிருந்தாள். நவின் அவளை பார்த்து விட்டு அருகின் சென்று அவளை அழைக்க கீர்த்தனா ஆவி அவளை விட்டு அந்த மரத்தில் ஏறி கொண்டது. இருவரும் கூடாரம் நோக்கி சென்றனர்.

மறுநாள் காலையில் குளத்தில் தேவியின் உடல் மிதக்க போலிசாரால் விசாரணைக்காக கொண்டு செல்லப்பட்டது.

இரவு நேரம் நவினும் நண்பர்களும் பேசிக் கொண்டிருக்மையில் தீபிகா தலைவிரி கோலமாக அந்த கூடாரத்தை கடந்து அந்த குளம் நோக்கிச் சென்றாள்.

அதிகாலை நேரம் காவ்யாவும் மாதவியும் இருக்கும் கூடாரத்துக்குச் சென்று இருவரையும் மலைநோக்கி கூட்டிச் சென்றாள்.

அங்கே மலையில் ஏறிய பின்னர் போட்டோ எல்லாம் பிடித்துக்கொண்டு "சரி போவோம்"என்று மாதவி சொன்னதும் திடிரென பின்னால் இருந்து மாதவி, காவ்யா என்று சத்தம் வர திரும்பி பார்த்தனர் அங்கே கீர்த்தனாவின் பொம்மி பொம்மை நின்று கொண்டிருந்தது.
மாதவி : "இது பொம்மி கீர்த்தனாட"
என்று சொல்லி ஓடுவதற்கு இந்த பக்கம் திரும்பி பார்த்தார்கள் தீபிகாவை காணவில்லை.

இருவரும் தீபிகாவை அழைத்தனர் அவளை காணவில்லை. இருவரும் ஓடுவதற்கு தயாரானார்கள் அங்கே மரத்தின் பின்னாலிருந்து தீபிகா வெளியே வந்தாள். இருவருக்கும் அருகில் வர தீபிகாவின் உருவம் கீர்த்தனாவின் உருவமாக மாறியது.

பயத்தில் இருவரும் ஓட முற்பட்டனர் அவர்களின் முன்னால் அந்த பொம்மை வந்து நின்று சிரித்துக் கொண்டிருந்தது.
தீபிகா இருவரையும் பிடித்து மலையிலிருந்து தூக்கி எரிந்துவிட்டு கூடாரம் நோக்கி நடந்தாள்.

கூடாரம் சென்று எல்லாரிடமும் எப்போதும் பேசுவது போன்று பேசிக் கொண்டிருந்தாள்.

சில மணிநேரம் கழித்து போலிஸாரும் வந்து மாதவியையும் காவ்யாவையும் தேட ஆரம்பித்து காட்டு

பகுதியை நோக்கி நடக்க நவினும் நண்பர்களும் காவ்யா மாதவி இறந்து கிடக்கும் இடத்திற்கு அருகில் வர கீரத்தனாவின் ஆவி அவர்களை அங்க வர விடாமல் பயமுறுத்தி அவர்களை ஓட வைத்தது காரணம் இவர்களை போலிஸ் பிடித்துவிடும் என்ற நல்லெண்ணத்தில் ஆனால் துரதிஷ்ட்ட வசமாய் வினோத்தும் கமலும் போலிஸில் மாட்டிக் கொள்ள அவர்கள் கைது செய்து அழைத்து செல்லப்பட்டனர்.

அன்று இரவு நவினும் நண்பர்களும் கூடாரத்தில் பேசிக் கொண்டிருக்கையில் கூடாரத்தை கடந்து தீபிகா அந்த குளத்தை நோக்கி நடந்தாள்.

குளத்தின் அருகில் உள்ள மரத்தின் கீழ் அந்த பொம்மையையும் அருகில் வைத்துக் கொண்டு

"நவின் உங்கள நா ரொம்ப லவ் பண்ணன் என்னால சொல்லதான் முடியல ஒங்கள பாத்துட்டு இருக்குறது ஒரு சந்தோசம்னு இருந்தன் ஆனா அவங்க என்ன இப்படி பண்ணிட்டாங்க" என்று அழுதவாறு மரத்தில் நவின் பெயரை எழுதிவைத்துவிட்டு சென்றாள்.

"ஆனா அவளுங்கட அப்பாக்களையும் கொல்லாம இங்க இருந்து போக மாட்டன்" என்று கூறி முடித்தது தீபிகாவின் உடலில் இருக்கும் கீர்த்தனாவின் ஆவி.

நவினின் மற்றும் நண்பர்கள் கண்களிலிருந்து கண்ணீர் வர ஆரம்பித்தது கீர்த்தனாவின் கதையை கேட்டு.

கீர்த்தனாவின் ஆவி சொன்னது அணைத்தும் ரகசியமாக பொறுத்தப்பட்ட கேமராவில் பதிவாகி கொண்டிருந்தது.

சாமியார் : "ஒனக்கு நடந்தது அநீதிதான் இருந்தாலும் இந்த பொண்ண விட்டுட்டு போய்டு"
தீபிகா : "முடியாத அவங்கள பழிவாங்காம போகமாட்டன்"
சாமியார் கோபத்தில் மந்திரங்கள் ஓதி மந்திர நீர் தெளித்து கீர்த்தனாவின் ஆவியை வெளியில் எடுத்து ஜாடி ஒன்றில் அடைத்தார். ஆவி வெளிவந்ததில் தீபிகா மயங்கி விழுந்தாள்.

சாமியார் : "இனி பயப்படாதீங்க நீங்க இவங்கள ஹாஸ்பிட்டல் கூட்டி போங்க சின்ன மயக்கம்தான் சரி ஆகிடும் இத நா கடல்ல கரைச்சிறன்" என்று ஜாடியை எடுத்து பையில் போட்டு கொண்டார்.
நவின் : "சாமி எங்க கூட வாங்க போற வழில விட்டுட்டு போறாம்" என்று கூறி நவின் கேமராவை எடுத்து வேனில் வைத்து கொண்டான். வேன் சென்று கொண்டிருக்க வழியில் ஹாஸ்பிட்டல் வரவும் தீபிகாவை இறக்கி அங்கே அனுமதித்தனர். சாமியார் மட்டும் அவரின் இடத்தை நோக்கி சென்றார்.

வேன் அவரை இறக்கி விட்டு செல்ல சாமியார் அருகில் இருக்கும் கடலுக்கு சென்று மந்திரம் ஓதிய பின்னர் ஜாடியை எடுக்க பையில் கையை விட்டார் ஜாடியை காணவில்லை.
சாமியார் பையினுள்ளே ஜாடியை தேடினார் காணவில்லை.அங்கே வைத்தியசாலையில் தீபிகாவை அனுமதித்து சில நிமிடங்களில் மயக்கம் தெளிந்து கண் விழித்தாள் தீபிகா.
தீபிகா : "நவின் என்னாச்சி நான் எப்படி இங்க?"
நவின் : "இல்ல அங்க பேசிக்கிட்டு இருக்கும் போது மயங்கிட்டிங்க அதுதான் இங்க கூட்டி வந்தோ..! ஒழுங்க சாப்பிடலனு டாக்டர் சொன்னாரு"

தீபிகா : "ஆமா நவின் கொஞ்ச நாளாவே ஒழுங்க சாப்பிட முடியல சரியான உடம்பு வலி வேற என்னவோ தெரியல"

தீபிகாவுக்கு கீர்த்தனாவின் ஆவி வந்து போவது அவளுக்கு தெரிவதில்லை.

நவினும் எதையும் சொல்லாமல் மறைத்துவிட்டான். அடுத்த மணித்தியாலத்தில் அணைவரும் கூடாரத்துக்குச் சென்றனர்.

அதிபர் : "நவின் எறந்து போன அந்த 5 பேரோட அப்பா எல்லாரு இங்க வாரதா போன் பண்ணாங்க"
நவின் : "எதுக்கு சார்"
அதிபர் : "இங்க டீச்சர் ஒருத்தர் போன் பண்ணி சொல்லிட்டாரு இவங்க இங்க செத்து போனத"
மைக்கல் : "இப்ப என்ன பண்றது மச்சி"

நவின் : "மச்சி இப்ப போலிஸ் ஸடேசன் போய் என்ன நடந்ததுனு இந்த கேமரால உள்ள வீடியோவ காட்டு எப்ஐஆர் போடாட்டி ரிலிஸ் பண்ணுவாங்க அப்படி இல்லனா கோட்லதான் பேசனும்னா கோட்டுக்கு போங்க நான் இங்க பாத்துக்குறன்"

மைக்கலும் தினேஷும் போலிஸ் ஸ்டேசன் நோக்கி சென்றனர்.

அதிபர் : "நவின் இப்ப அங்களுக்கு என்ன பதில் சொல்றது ஏற்கனவே அந்த மூணு பொண்ணுங்க அங்க செத்து போனப்பாே காலேஜ் வந்து ரொம்ப ப்ரோப்லம் பண்ணாங்க இங்க என்ன நடக்குமோ தெரியல அங்களுக்கு தெரியாத ஆட்களே இல்ல"
நவின் : "அதுக்குதான் சார் அவங்கள போலிஸ் ஸ்டேசன் அனுப்புனன் இல்லனா அவங்க போலிஸ் ஸ்டேசன் போனா வினோத்தையும் கமலையும் எப்படியும்

வெளியவர விடமாட்டாங்க அதுதான் அனுப்பினன், சார் நீங்க போய் நாங்க ஊருக்கு போறத்துக்கு எல்லார்ட்டயும் சொல்லி ரெடி பண்ணுங்க சார் எனக்கு வினோத்தையும் கமலையும் ரிலிஸ் பண்ணிடுவாங்கனு நம்பிக்க இருக்கு பாக்கலாம் நீங்க ரெடி பண்ணுங்க சார்"

என்று சொல்லி அவனின் கூடாரத்துக்கு சென்று அமர்ந்தான்.

கையில் இருந்த பையில் இருந்து அந்த ஜாடியை எடுத்து மேசையில் வைத்தான்.

நவின் : "கீர்த்தனா நா உங்க பேஸக்கூட ஒழுங்க பாத்தது இல்ல, என்னய நீங்க லவ் பண்ணியிருக்கிங்க எனக்கு எதுவுமே தெரியாது எப்படியோ நா உங்க வாழ்க்கையில சம்பந்தப்பட்டிருக்கன் உங்களுக்கு நடந்தது பெரிய கொடும நீங்க உயிரோட இருக்கும் போதுதான் எதுவுமே என்னால பண்ணமுடியல இப்ப நா ஒங்களுக்கு உதவி பண்ண ஒரு வாய்ப்பு கேக்குறன், தயவு செஞ்சி தீபிகாவ விட்டுடுங்க என்னட ஒடம்புல வந்துருங்க வந்து அவங்கள பழி வாங்குங்க இத உதவியா நான் கேக்குறன். இப்ப நா இத ஓபன் பண்ண போறன் உதவி கேட்டு நிக்கிறன் இனி உங்க இஷ்டம்"

என்று ஜாடியை மூடியை திருகினான்.

அங்க போலிஸ் நிலையத்தில் வினோத்தும் கமலும் விடுதலையாகி வெளிய வந்தனர்.

அந்த ஐந்து மாணவிகளின் அப்பாக்களும் இந்த இடத்தை நெருங்கி கொண்டிருந்தனர்.

நவின் ஜாடியை திறந்தவுடன் கீர்த்தனாவின் ஆவி வெளியே வந்து சில நொடி அவனையே பார்த்துக் கொண்டு

"நவின் ஒரு வார்த்த சொல்லனும்னு ஆசப்பட்டன் இப்ப சொல்லிக்கிறன்"
என்று

"ஐ லவ்யூ நவின்"

என்று அவன் உடலுக்குள் புகுந்து கொண்டது.

ஐந்து மாணவிகளின் அப்பாக்களும் ஒரு மலை வழியாக காரில் வந்து கொண்டிருக்கும் போது காரின் முன்னால் வந்து நின்றான் நவின்.

சட்டென்று நிறுத்திவிட்டு காவ்யாவின் அப்பா கீழே இறங்கி

"டேய் யாருடா நீ நடு ரோட்ல நிக்கிற போடா" அவன் அசையாமல் நின்றான்.

நவின் : "என்னட ஓவரா சவுன்ட் உடுற".
கா.அப்பா : "என்னது டாவா" என்று நவின் கன்னத்தில் அறைந்ததும் அணைவரும் காரிலிருந்து கீழே இறங்கினர்.

நவின் காவ்யாவின் அப்பாவை திருப்பி அடித்ததும் அணைவரும் அவனை அடிப்பதற்கு வர பலமாக காற்று அடிக்க ஆரம்பித்தது.

திடிரென நவினின் உருவம் கீர்த்தனாவின் உருவமாக மாறியது. அவளின் இரு பக்கத்திலும் அவளின் அப்பாவின் உருவமும் அம்மாவின் உருவமும் நின்றது.

ஐந்து பேரும் பயத்திலும் அதிர்ச்சியிலும் உறைந்து போய் நின்றனர்.

நிவேதா அப்பா : "செல்வா எங்கள எதுவும் பண்ணீடாத ப்ளீஸ்" அப்படியே மூன்று ஆவியும் ஒன்றாக ஒரு உருவாக மாறி நவின் தோற்றத்திலும் கீர்த்தனாவின் உருவிலும் மாறி மாறி இருந்தது இதை பார்த்து ஐந்து பேரும் ஓட ஆரம்பித்தனர்.

அவர்களின் கார் அவர்களை துரத்தியது வீதியில் அவர்கள் ஓட அவர்களின் முன்னால் நவின் வந்து நின்றான். அவர்கள் நின்றதும் வந்த கார் அவர்களை வேகமாக மோதி தள்ளியது ஐந்து பேரும் அங்கும் இங்குமாக வீசப்பட்டு இறந்தனர்.

சிறிது நேரத்தில் கூடாரத்தை நெருங்கும் போது அவனின் உடலிருந்து கீர்த்தனாவின் ஆவி வெளியே வந்ததும் சில நொடி உணர்வற்று போய் சுய நினைவுக்கு வந்தான்.

கீர்த்தனாவின் ஆவி முன்னால் உயரத்தில் நின்றது.

"நவின் நீங்க என்னட முகத்த பார்த்து இல்லத்தான" என்று அவள் அப்படியே பெண்ணாக மாறி கீழே இறங்கி தரையில் நின்றாள்.

நவின் : "கீர்த்தனா..!"
கீர்த்தனா : "இந்த ஒரு வார்த்த போதும் நவின்" என்று கண் கலங்கியவாறு அவளது உருவம் ஆவியாகி காற்றோடு காற்றாக பறந்தது.

நவின் கண்கலங்கியவாறு மேலே பார்த்துக் கொண்டிருந்தான். அந்த பொம்மையும் குளத்தில் மூழ்கிப்போனது.

சிறிது நேரத்தில் அனைவரும் கூடாத்திற்கு வந்தனர். கமல்,வினோத்தை காணவும் கட்டிப்பிடித்துக் கொண்டான் நவின்.

கமல் : "மச்சி என்னடா நடந்திச்சி இவனுங்ககிட்ட கேட்ட உன்னட்டேயே கேக்க சொல்லிட்டானுங்க"
நவின் : "பஸ்ல போகும் போது சொல்றன்"

அனைவரும் ஊருக்கு செல்ல தயாராகி பஸ்லில் ஏறி பஸ்ஸூம் ஊர் நோக்கி செல்ல ஆரம்பித்தது. தீபிகாவுக்கு நடந்த சம்பவம் எதுவுமே தெரியாது. யாரும் சொல்ல கூடாது என நவின் சொல்லி வைத்திருந்தான்.

பஸ்ஸில் ஐந்து பேரும் பின் ஆசனத்தில் இருந்தனர். நவினும் நடந்தவற்றை அவர்களிடம் கூறிக் கொண்டே பயணத்தை தொடர்ந்தனர்.பஸ் சென்று சில நிமிடங்களில் மூழ்கிய பொம்மை மீண்டும் அந்த மரத்தின் கீழ் வந்து நின்றது.

★ ★ ☆

முற்றும்.

www.ingramcontent.com/pod-product-compliance
Lightning Source LLC
LaVergne TN
LVHW090356051026
849518LV00006B/2148